విషయ పట్టిక

క్రమ సంఖ్య	పాఠం	నేర్చుకోవడానికి విషయాలు	నెల	పేజీ
1	పలక	ప, ల, క - సరళపదాలు చదవడం , రాయడం	సెప్టెంబరు	2
2	పడవ	డ, ల, క - సరళపదాలు చదవడం , రాయడం	సెప్టెంబరు	8
3	ఉడత	ప, వ - సరళపదాలు చదవడం , రాయడం	అక్టోబరు	14
4	బలపం	బ, పం - సరళపదాలు చదవడం , రాయడం	అక్టోబరు	20
5	అరక	అ,ర - సరళపదాలు చదవడం , రాయడం	అక్టోబరు	24
6	జడ	జ - సరళపదాలు చదవడం , రాయడం	అక్టోబరు	32
7	పనస	న, స - సరళపదాలు చదవడం , రాయడం	నవంబరు	36
8	శనగ	శ, గ - సరళపదాలు చదవడం , రాయడం	నవంబరు	40
9	ఈక	ఈ - సరళపదాలు చదవడం , రాయడం	జనవరి	44
10	దిండి	ది - సరళపదాలు చదవడం , రాయడం	జనవరి	48
11	గంట	గ - సరళపదాలు చదవడం , రాయడం	జనవరి	50
12	ఆట	ఆ - సరళపదాలు చదవడం , రాయడం	ఫిబ్రవరి	54
13	మంచం	మ, చ - సరళపదాలు చదవడం , రాయడం	ఫిబ్రవరి	58
14	ఊయల	ఊ, య - సరళపదాలు చదవడం , రాయడం	ఫిబ్రవరి	62
15	కాకరకాయ	ా - రాయడం పదాలు చదవడం	మార్చి	68
16	కిరీటం	ి , ీ - రాయడం పదాలు చదవడం	మార్చి	74
17	ఆకుకూరలు	ు , ూ - రాయడం పదాలు చదవడం	మార్చి	80
18	ఇటుక	ఇ - రాయడం పదాలు చదవడం	ఏప్రు	86
19	ఎలుక- ఏనుగు	ఎ , ఏ , ఐ- రాయడం పదాలు చదవడం	ఏప్రు	92
20	ఔటు	ఒ , ఓ , ఔ - రాయడం పదాలు చదవడం	ఏప్రు	96
21	చందమామరావే	ె , ే - రాయడం పదాలు చదవడం	మే	102
22	కోతిబావ	ొ , ో- రాయడం పదాలు చదవడం	మే	106
23	గౌరిసైకిలు	ై , ౌ - రాయడం పదాలు చదవడం	మే	112
24	నెమలిపింఛం	ఖ, ఛ, థ, డ - రాయడం పదాలు చదవడం	మే	118

పాఠం

1. పలక

చిట్టి చిలకమ్మా పలక ఏదమ్మా!
పావురాయమ్మ పట్టుకెళ్ళిందా!
ఎగిరి పోవమ్మా పలక తేవమ్మా!
పలక నాదమ్మా పండు నీదమ్మా!

(ఇ) కింది బొమ్మను చూడండి. పదాన్ని చదవండి. అక్షరాలను చదవండి. ఈ అక్షరాలను వర్ణమాల చార్టులో గుర్తించండి.

(ఈ) కింది గళ్ళలో ఉన్న అక్షరాలను చెప్పండి.

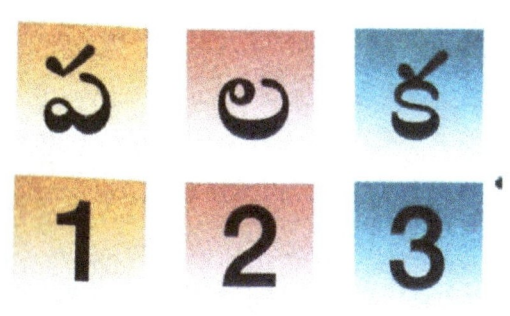

ప	ల	క
1	2	3

1 వ అక్షరం ఏమిటి?

2 వ అక్షరం ఏమిటి?

3 వ అక్షరం ఏమిటి?

3, 2 అక్షరాలు కలిపి చదవండి.

ఇలా మిగిలిన అక్షరాలను కలిపి చదవండి.

(ఉ) కుందేలు బొమ్మమీద అక్షరాలు చదవండి. కింది బొమ్మల పేర్లు చెప్పండి. 'క' అక్షరం ఉన్న బొమ్మలకు '◯' చుట్టండి. 'ప' అక్షరం ఉన్న బొమ్మలకు '✓' గుర్తు వేయండి. 'ల' అక్షరం ఉన్న బొమ్మలకు '×' గుర్తు వేయండి.

 **వినండి - మాట్లాడండి**

(అ) గేయం పాడండి. అభినయించండి.

(ఆ) పాఠం బొమ్మలో ఏమేమి ఉన్నాయి?

(ఇ) పావురం ఏమి తీసుకెళుతున్నది? ఎందుకు?

(ఈ) పలక ఎవరిది? ఎవరు తీసుకెళ్ళారు?

(ఉ) పాప పండు ఇచ్చి పలక తెచ్చుకుంది. నీవైతే ఏం చేస్తావు?

చదవండి

(అ) గేయంలో 'పలక' పదాన్ని గుర్తించి 'O' చుట్టండి.

(ఆ) కింది బొమ్మలను చూసి వాక్యాలు చెప్పండి. కింది వాక్యాల్లో 'పలక' పదాన్ని గుర్తించి 'O' చుట్టండి.

పాప పలక మీద రాసింది.

పాప పలకతో వచ్చింది

చిలక పలకను పాపకు చూపింది

(ఊ) ప-ల-క అక్షరాలతో వచ్చే పదాలు చదవండి.

 రాయండి

(అ) కింది అక్షరాలను చుక్కలు కలుపుతూ రాయండి. కలిపి చదవండి.

క	ల
క	ల
క	ల
క	ల
క	ల

ప	ల	క
ప	ల	క
ప	ల	క
ప	ల	క
ప	ల	క

ప	క	ప	క
ప	క	ప	క
ప	క	ప	క
ప	క	ప	క
ప	క	ప	క

(ఆ) కింది పదాలను గీతల్లో అందంగా రాయండి.

పలక   కలప   కలకల

(ఇ) బొమ్మను చూసి కింది ఖాళీల్లో సరైన పదాలు రాయండి.

1. పాప చేతిలో .... ఉంది.   2. బాబుకు నిద్రలో .... వచ్చింది.

3. పిల్లలు .... నవ్వుతున్నారు..   4. రంపంతో .... ను కోస్తున్నాడు.

(ఈ) ప, ల, క అక్షరాలతో వచ్చే కొత్త పదాలు రాయండి.

పలక   కలప

ఉ) కింది బొమ్మను చూడండి. మీరూ గీయండి. పేరు రాయండి.

చీమ - పడవ

చదువు - ఆనందించు

1

ఒకరోజు రవి బడికి వెళుతున్నాడు.

2

కాలువలో ఒక చీమ మునిగిపోవడం చూశాడు.

3

వెంటనే ఒక కాగితం పడవ చేసి నీటిలో వదిలాడు.

4

చీమ పడవ ఎక్కి కూర్చుంది.

5

రవి పడవను ఒడ్డుకు లాగాడు.

6

చీమ పడవ దిగి ఆనందంగా వెళ్ళిపోయింది.

2. పడవ

పాఠం

వానా వానా వల్లప్పా
వాకిలి తిరుగు తిమ్మప్పా
పడవలు చేసెను పెద్దప్పా
పడవను వదిలెను పిన్నప్పా

కత్తిపడవతో కన్నప్పా
వెంట వచ్చెను వెంకప్పా
పల్టీకొట్టెను పడవప్పా
పందెం గెలిచెను పిన్నప్పా

వినండి - మాట్లాడండి

(అ) గేయం పాడండి. అభినయించండి.

(ఆ) పాఠం బొమ్మలో పిల్లలు ఏం చేస్తున్నారు?

(ఇ) వానంటే నీకు ఇష్టమా? ఎందుకు?

(ఈ) పెద్దప్ప ఏమి చేశాడు?

(ఉ) పందెం ఎవరు గెలిచారు?

చదవండి

(అ) గేయంలో కింది వాక్యాలను గుర్తించండి.

(1) వానా వానా వల్లప్పా

(2) కత్తిపడవతో కన్నప్పా

(3) పల్టీకొట్టెను పడవప్పా

(ఆ) గేయంలో "పడవ" పదాన్ని గుర్తించి '◯' చుట్టండి.

(ఇ) గేయంలో వల్లప్పా, తిమ్మప్పా లాంటి పదాలు గుర్తించి చెప్పండి.

(ఈ) కింది బొమ్మలను చూసి వాక్యాలు చెప్పండి. కింది వాక్యాల్లో 'పడవ' పదాన్ని గుర్తించి '◯' చుట్టండి.

మనుషులు పడవ ఎక్కుతున్నారు.

పడవ నదిలో వెళుతోంది

పడవ ఆవలి ఒడ్డుకు చేరింది.

(ఉ) కింది బొమ్మలపేర్లు చెప్పండి. పేర్లలో 'వ' ఉన్నవాటికి '◯' చుట్టండి.

(ఊ) కింది బొమ్మను చూడండి. పదాన్ని చదవండి. అక్షరాలను చదవండి. ఈ అక్షరాలను వర్ణమాల చార్టులో గుర్తించండి.

ప	డ	వ

ప	డ	వ

(ఎ) కింది గళ్ళలోని అక్షరాలను చెప్పండి.

ప	డ	వ
1	2	3

1 వ అక్షరం ఏమిటి?

2 వ అక్షరం ఏమిటి?

3 వ అక్షరం ఏమిటి?

3, 2 అక్షరాలు కలిపి చదవండి.

(ఏ) కింది బొమ్మలకు సరైన పదాలను జతపరచండి.

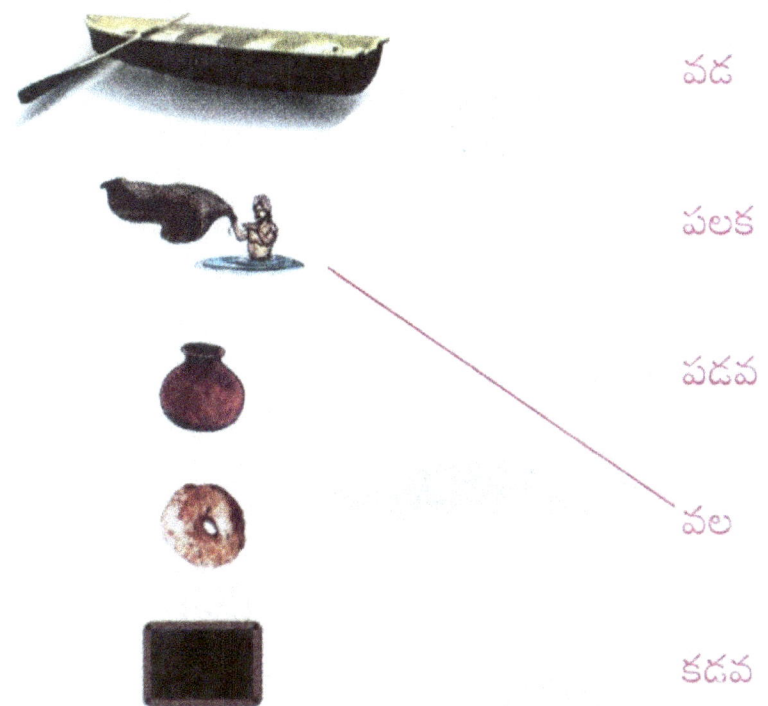

వడ

పలక

పడవ

వల

కడవ

(ఐ) కింది పదాలు చదవండి.

వడ	పడవ	వలవల
కడ	కడవ	కలకల
వల	కడప	పకపక
కల	పడక	లకలక

రాయండి

అ) కింది అక్షరాలను చుక్కలు కలుపుతూ రాయండి. కలిపి చదవండి.

వ	డ
వ	డ
వ	డ
వ	డ
వ	డ

క	డ	వ
క	డ	వ
క	డ	వ
క	డ	వ
క	డ	వ

ప	డ	వ
ప	డ	వ
ప	డ	వ
ప	డ	వ
ప	డ	వ

(ఆ) ఈ పదాలను గీతలలో రాయండి.

వడ   పడవ   కడవ   కడప

(ఇ) బొమ్మను చూసి కింది ఖాళీలలో సరైన పదాలు రాయండి.

1. నీటిలో  _____ ఉంది.

   నీటిలో _____ ఉంది.

2. నాకు _____ అంటే ఇష్టం.

   నాకు _____ అంటే ఇష్టం.

3. జాలరి _____ తో చేపలు పడతాడు.

   జాలరి _____ తో చేపలు పడతాడు.

4. నీటి _____ కు చిల్లు పడింది.

   నీటి _____ కు చిల్లు పడింది.

(ఈ) కింది అక్షరాలతో ఏర్పడే పదాలు చెప్పండి. గీతల మధ్య అందంగా రాయండి.

	ప	
క	డ	వ
	వ	

	క	
ప	ల	క
	ప	

(ఉ) ప, ల, క, ద, వ అక్షరాలతో వచ్చే కొత్త పదాలు రాయండి.

రెండు అక్షరాల పదాలు	మూడు అక్షరాల పదాలు	నాలుగు అక్షరాల పదాలు

(ఊ) కింది బొమ్మను చూడండి. మీరూ గీయండి. పేరు రాయండి.

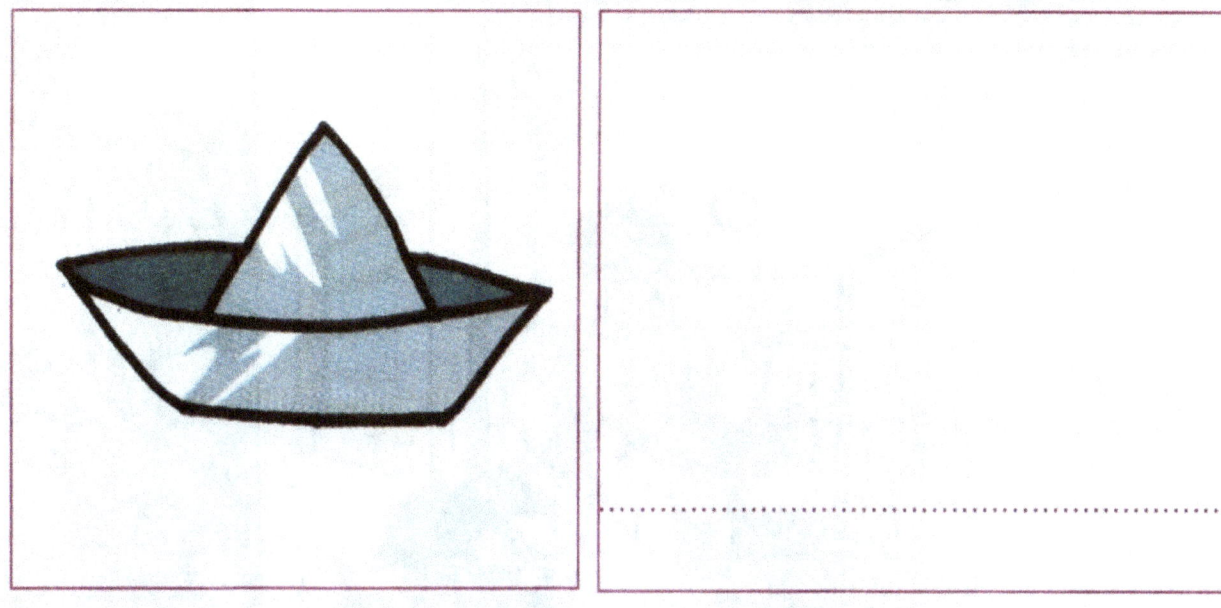

(ఎ) పిల్లలు కింది బొమ్మలో ఏం చేస్తున్నారో చెప్పండి.

3. ఉడత

 పాఠం

నాన్న తెచ్చెను గారెలు రెండు
ఉడతకు ఒకటి, బుడతకు ఒకటి
మామ తెచ్చెను మామిడి పండ్లు
ఉడతకు రెండు, బుడతకు రెండు

తాత తెచ్చెను బూరెలు ఆరు
ఉడతకు మూడు, బుడతకు మూడు
అమ్మ పోసెను దోసెలు బోలెడు
ఉడతకు ఇన్ని! బుడతకు ఎన్ని?

 **వినండి - మాట్లాడండి**

(అ) గేయం పాడండి. అభినయించండి.

(ఆ) పాఠం బొమ్మలో ఎవరెవరున్నారు? ఏం చేస్తున్నారు?

(ఇ) పాప ఉడతతో ఏం మాట్లాడుతున్నది?

(ఈ) ఉడతకు ఏమేమి ఇచ్చారు?

(ఉ) గేయాన్ని పాడండి. పాడిగించండి.

అత్త తెచ్చెను.........................

....

అక్క తెచ్చెను ....

....

 **చదవండి**

(అ) గేయంలో కింది వాక్యాలు గుర్తించండి.

ఉడతకు ఒకటి, బుడతకు ఒకటి.
ఉడతకు రెండు, బుడతకు రెండు.
అమ్మ పోసెను దోసెలు బోలెడు.

(ఆ) గేయంలో కింది పదాలు గుర్తించి వాటికింద గీత గీయండి.

గారెలు, బూరెలు, దోసెలు.

ఉడత, బుడత, తాత.

అమ్మ, నాన్న, మామ.

(ఇ) గేయంలో 'ఉడత' పదాన్ని గుర్తించి '◯' చుట్టండి.

(ఈ) కింది బొమ్మలను చూసి వాక్యాలు చెప్పండి. కింది వాక్యాల్లో 'ఉడత' పదాన్ని గుర్తించి '◯' చుట్టండి.

కొమ్మపైన
ఉడత ఉంది.

ఉడత జామపండును
చూసింది.

ఉడత జామపండును
తింటున్నది.

(ఉ) కింది బొమ్మను చూడండి. పదాన్ని చదవండి. అక్షరాలను చదవండి. ఈ అక్షరాలను వర్ణమాల చార్టులో గుర్తించండి.

ఉ	డ	త
ఉ	డ	త

ఉడత

(ఊ) కింది గళ్ళలోని అక్షరాలను చెప్పండి.

ఉ	డ	త	వ	ల
1	2	3	4	5

1 వ అక్షరం ఏమిటి?

2 వ అక్షరం ఏమిటి?

3 వ అక్షరం ఏమిటి?

1, 5, 4 అక్షరాలు కలిపి చదవండి.

3, 5 అక్షరాలు కలిపి చదవండి.

5, 3 అక్షరాలు కలిపి చదవండి.

(ఎ) కింది పదాలు చదవండి.

ఉడత	లత	పడవ	పలక	కల
ఉలవ	తల	కడవ	అలక	వల

(ఏ) కింది బొమ్మలు ఆధారంగా అక్షరాలను జతపరచండి.

	డ
	ఉ
	త
	వ
	ల
	ప

రాయండి

(అ) కింది అక్షరాలను చుక్కలు కలుపుతూ రాయండి. కలిపి చదవండి.

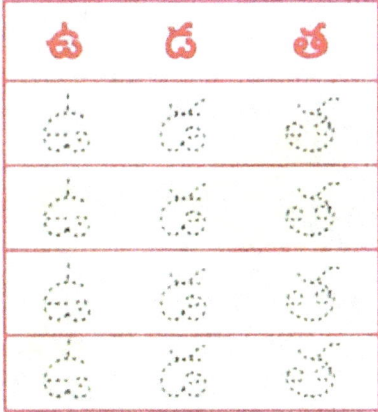

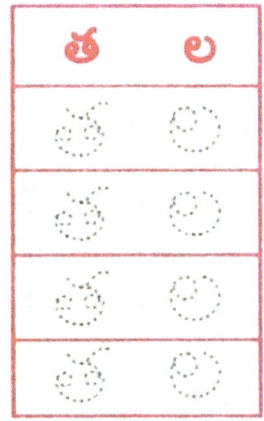

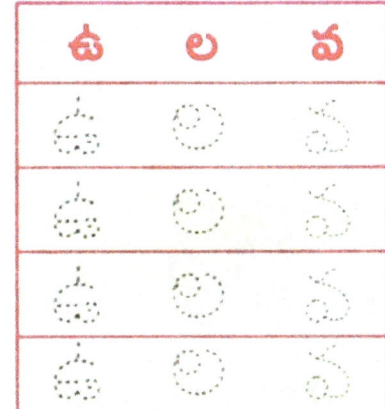

ఉ	డ	త
ఉ	డ	త
ఉ	డ	త
ఉ	డ	త
ఉ	డ	త

త	ల
త	ల
త	ల
త	ల
త	ల

ఉ	ల	వ
ఉ	ల	వ
ఉ	ల	వ
ఉ	ల	వ
ఉ	ల	వ

(ఆ) కింది పదాలను గీతల్లో అందంగా రాయండి.

ఉడత ఉలవ తడక

(ఇ) కింది అక్షరాలను కలిపి చదవండి, రాయండి.

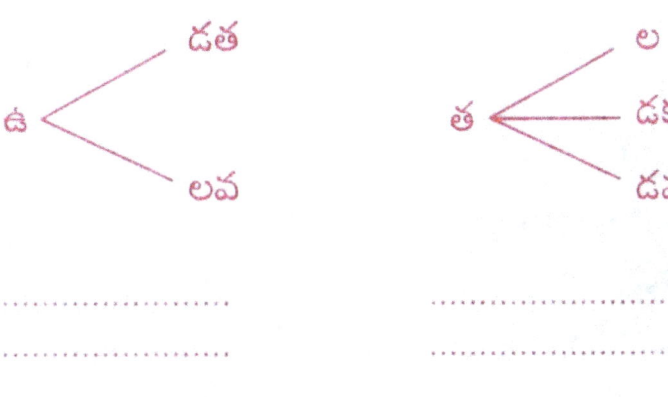

ఉ
- డత
- లవ

త
- ల
- డక
- డవ

(ఈ) బొమ్మను చూసి కింది ఖాళీల్లో సరైన పదాలు రాయండి.

1. చిట్టి పండు తింటున్నది.

చిట్టి .... పండు తింటున్నది.

2. నీటిలో ఉంది.

నీటిలో .... ఉంది.

3. తాత తింటున్నాడు.

తాత .... తింటున్నాడు.

4. తాత పై టోపీ ఉంది.

తాత .... పై టోపీ ఉంది.

(ఉ) కింది అక్షరాలతో పదాలు తయారుచేయండి.

ప	క	వ	డ	త	ఉ	ల

1. ....
2. ....
3. ....
4. ....
5. ....
6. ....

(ఊ) బొమ్మ చూడండి. మీరూ గీయండి. పేరు రాయండి. రంగులు వేయండి.

....

జాతర

చదువు - ఆనందించు

రవి ఒకరోజు జాతరకు వెళ్ళాడు. ఆ జాతరలో ఏమి చూశాడో, ఏమి చేశాడో చెప్పండి.

4. బలపం

 పాఠం

పిల్లలు బడికి వచ్చారు

పలకా బలపం పట్టారు

రాతలు చాలా రాశారు

బొమ్మలు ఎన్నో గీశారు

అందరు జట్టుగ చేరారు

బంతితో ఆటలు ఆడారు

బహుమతులెన్నో గెలిచారు

అందరి మెప్పులు పొందారు.

వినండి - మాట్లాడండి

(అ) గేయాన్ని పాడండి. అభినయించండి.

(ఆ) బడిలో పిల్లలు ఏమేం చేశారు?

(ఇ) నీవు పలకపైన ఏమేమి రాస్తావు?

(ఈ) బడిలో పిల్లలు బంతితో ఆడారు కదా! మరి నీవు వేటితో ఆడుకుంటావు?

చదవండి

(అ) కింది వాక్యాలు/పదాలను గేయంలో గుర్తించండి.

1. పలకా బలపం పట్టారు.
2. బంతితో ఆటలు ఆడారు
3. బహుమతులెన్నో గెలిచారు.
4. పలక, బంతి, బహుమతులు, బడి, బలపం.

(ఆ) కింది బొమ్మలను చూసి వాక్యాలు చెప్పండి. కింది వాక్యాల్లో 'బలపం' పదానికి '◯' చుట్టండి.

పలక మీద బలపం ఉంది.

రమ బలపంతో పడవ బొమ్మ గీసింది.

బలపంతో గీసిన బొమ్మను అమ్మ చూస్తున్నది.

(ఇ) కింది బొమ్మను చూడండి. పదాన్ని చదవండి. అక్షరాలను చదవండి. ఈ అక్షరాలను వర్ణమాల చార్టులో గుర్తించండి.

బలపం

బ	ల	పం

బ ల పం

(ఈ) కింది గళ్ళలోని అక్షరాలను చూడండి. చెప్పండి. రాయండి.

బ	అ	పం
1	2	3

1 వ అక్షరం ఏమిటి? ____________

2 వ అక్షరం ఏమిటి? ____________

3 వ అక్షరం ఏమిటి? ____________

(ఉ) కింది అక్షరాలకు 'ం' చేర్చి చదవండి. రాయండి.

	ప	ల	క	డ	వ	ఉ	త	బ
ఉదా:	పం	లం						

(ఊ) కింది పదాలు చదవండి.

కల	బంక	కలపడం
తల	వంక	పలకడం
తబల	లంక	ఉతకడం
కలం	కంప	బతకడం

రాయండి

(అ) కింది అక్షరాలను చుక్కలు కలుపుతూ రాయండి. కలిపి చదవండి.

బ	లం
బ	లం
బ	లం
బ	లం
బ	లం

బ	ల	పం
బ	ల	పం
బ	ల	పం
బ	ల	పం
బ	ల	పం

బ	త	క	డం
బ	త	క	డం
బ	త	క	డం
బ	త	క	డం
బ	త	క	డం

(ఆ) బొమ్మను చూసి కింది ఖాళీల్లో సరైన పదాలు రాయండి.

1. మామిడి చెట్టుపైన  ఉంది.
   మామిడి చెట్టుపైన .... ఉంది.

2. పాప చేతిలో  ఉంది.
   పాప చేతిలో .... ఉంది.

3. లత  వాయించింది.
   లత .... వాయించింది.

4. పలక మీద  ఉంది.
   పలకమీద .... ఉంది.

(ఇ) గళ్లలోని అక్షరాలతో పదాలు రాయండి.

ప	త	బ
ఉ	డ	వ
క	ం	ల

ఉదా : బండ

1. _____   3. _____
2. _____   4. _____
               5. _____

(ఈ) కింది బొమ్మను చూడండి. మీరూ గీయండి. రంగులు వేసి దాని పేరు రాయండి.

వేదిక్ విద్యాలయ   తెలుగు 2   పేజీ 23

5. అరక

 పాఠం

అరక అరక ఇది మన అరక

కలపతో చేసిన చక్కని అరక

పొలమును చక్కగ దున్నే అరక

మిట్టను, మెట్టను దున్నే అరక

రైతుకు అండగ ఉండే అరక

అరక అరక ఇది మన అరక

వినండి - మాట్లాడండి

(అ) గేయాన్ని పాడండి. అభినయించండి.

(ఆ) పాఠం బొమ్మను చూడండి. ఎవరెవరు ఉన్నారు? వారు ఏంచేస్తున్నారు?

(ఇ) పొలాన్ని దున్నటానికి ఏమి కావాలి?

(ఈ) పొలంలో ఏమేమి పండిస్తారు?

చదవండి

(అ) కింది వాక్యాలు, పదాలను గేయంలో గుర్తించండి.

1. అరక అరక ఇది మన అరక.
2. పొలమును చక్కగ దున్నే అరక.
3. మిట్టను, మెట్టను దున్నే అరక.
4. అండ, రైతు, అరక, ఇది.

(ఆ) కింది బొమ్మలను చూసి వాక్యాలు చెప్పండి. కింది వాక్యాలలో 'అరక' పదాన్ని గుర్తించి '◯' చుట్టండి.

రైతు అరకతో పొలానికి బయలుదేరాడు.

అరకతో దుక్కి దున్నాడు.

(ఇ) కింది బొమ్మను చూడండి. పదాన్ని చదవండి. అక్షరాలను చదవండి. ఈ అక్షరాలను వర్ణమాల చార్టులో గుర్తించండి.

అ ర క

అ ర క

అ ర క

(ఈ) కింది గళ్ళలోని అక్షరాలను చదవండి, చెప్పండి.

అ	ర	క
1	2	3

1 వ అక్షరం ఏమిటి?

2 వ అక్షరం ఏమిటి?

3 వ అక్షరం ఏమిటి?

1, 2 అక్షరాలు కలిపి చదవండి.

3, 2 , 3, 2 అక్షరాలను వరుసగా చదవండి.

(ఉ) కింది బొమ్మలు ఆధారంగా వాక్యాలు చదవండి.

1. లా అరవడం.
2. లా అరవడం.
3. లా అరవడం.
4. లా అరవడం.

(ఊ) కింది పదాలు చదవండి.

అర	అరక	రకం	అవతల	అంబరం
అల	అలక	రంపం	కరకర	అరవడం
అండ	అరవం	కంప	బరబర	కరవడం

రాయండి

(అ) కింది అక్షరాలను చుక్కలు కలుపుతూ రాయండి. కలిపి చదవండి.

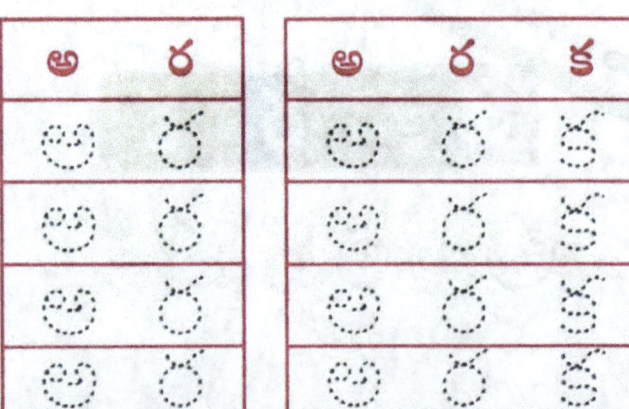

అ	ర
అ	ర
అ	ర
అ	ర
అ	ర

అ	ర	క
అ	ర	క
అ	ర	క
అ	ర	క
అ	ర	క

అ	ర	వ	డం
అ	ర	వ	డం
అ	ర	వ	డం
అ	ర	వ	డం
అ	ర	వ	డం

(ఆ) బొమ్మను చూసి కింది ఖాళీల్లో సరైన పదాలు రాయండి.

1. అలల మధ్య .... ఉంది.

2. కలపను .... తో కోస్తున్నాడు.

3. పాప చేతిలో .... ఉంది.

4. .... ను కలపతో చేస్తారు.

(ఇ) కింది పదాలను చదవండి. వాటిని కింది అక్షరాలకు చెందిన గడులలో రాయండి.

కల	వల	పలక	పడవ
వడ	బండ	తబల	తల
అరక	బలపం	కలప	ఉడత

ల	క	డ

(ఈ) కింది బొమ్మను చూడండి. మీరు గీయండి. రంగులు వేసి దాని పేరు రాయండి.

6. జడ

 పాఠం

చారెడు కళ్ళకు కాటుక పెట్టి

నుదుట కుంకుమ బొట్టును పెట్టి

జడకుచ్చులను సొంపుగ అల్లి

తెల్లని మల్లెలు జడలో తురిమి

ఇరుగు పొరుగు పిల్లలతో

చేయీ చేయీ కలుపుకొని

కలసి మెలసి ఉందాము

వేళకు బడికి పోదాము.

వినండి - మాట్లాడండి

(అ) గేయం పాడండి. అభినయించండి.

(ఆ) పాఠం బొమ్మను చూడండి. మాట్లాడండి.

(ఇ) అమ్మాయి ఎందుకు అలంకరించుకుంది?

(ఈ) మీ ఇంట్లో ఎవరైనా, ఎప్పుడైనా ఇలా తయారయారా? ఎందుకు?

(ఉ) మల్లెపూలతో ఏమేమి చేస్తారు?

(ఊ) మల్లెలు తెల్లగా ఉంటాయి. ఇంకా ఏ పూలు ఏ రంగుల్లో ఉంటాయో చెప్పండి.

చదవండి

(అ) కింది వాక్యాలను, పదాలను గేయంలో గుర్తించండి.

1. తెల్లని మల్లెలు జడలో తురిమి
2. కలసి మెలసి ఉందాము
3. చారెడు కళ్ళకు కాటుక పెట్టి
4. బడి, కుంకుమ, జడ, చారెడు, ఇరుగు పొరుగు, బొట్టు

(ఆ) కింది బొమ్మలను చూసి వాక్యాలు చెప్పండి. కింది వాక్యాల్లో 'జడ' పదాన్ని గుర్తించి '◯' చుట్టండి.

అమ్మ పాపకు
జడ వేస్తున్నది.

పాప జడలో
పూలు పెట్టింది.

పాప జడ
ముచ్చటగా ఉంది.

(ఇ) కింది బొమ్మను చూడండి. పదాన్ని చదవండి. అక్షరాలను చదవండి. ఈ అక్షరాలను వర్ణమాల చార్టులో గుర్తించండి.

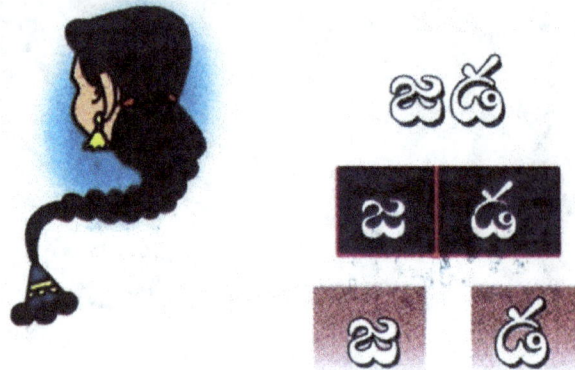

జడ

జ డ

జ డ

(ఈ) కింది గళ్ళలోని అక్షరాలను చెప్పండి.

జ	డ	ల	త
1	2	3	4

1 వ అక్షరం ఏమిటి?

2 వ అక్షరం ఏమిటి?

1, 4 అక్షరాలను కలిపి చదవండి.

1, 3, 1 అక్షరాలను కలిపి చదవండి.

3, 4 అక్షరాలను కలిపి చదవండి.

4, 3 అక్షరాలను కలిపి చదవండి.

(ఉ) కింది పదాలు చదవండి.

జడ	జపం	పంజరం
జత	జలం	పంకజం
జలజ	జరపడం	జరజర

(ఊ) కింది వరస పదాలలో వేరుగా ఉన్న పదాలు గుర్తించండి. పక్క గడులలో వాటిని రాయండి.

1. జలజ, జడ, జలజ, జలజ
2. జడ, జడ, జడ, జత
3. జలం, జపం, జలం, జలం
4. పంకజం, పంజరం, పంజరం, పంజరం

వేదిక్ విద్యాలయ తెలుగు 2 పేజీ 30

రాయండి

(అ) కింది అక్షరాలను చుక్కలు కలుపుతూ రాయండి. కలిపి చదవండి.

జ	డ
జ	డ
జ	డ
జ	డ
జ	డ

పం	జ	రం
పం	జ	రం
పం	జ	రం
పం	జ	రం
పం	జ	రం

జ	ల	జ
జ	ల	జ
జ	ల	జ
జ	ల	జ
జ	ల	జ

(ఆ) బొమ్మను చూసి కింది ఖాళీల్లో సరైన పదాలు రాయండి.

1. జలజ లో పూలు పెట్టుకున్నది.

జలజ .... లో పూలు పెట్టుకున్నది.

2. రామచిలుక లో ఉంది.

రామచిలుక .... లో ఉంది.

3. కోతి చేస్తున్నది.

కోతి .... చేస్తున్నది.

(ఇ) కింది గళ్ళలోని అక్షరాలతో పదాలు రాయండి.

వ	డ	అ
క	ల	త
జ	ర	బ

1. వల
2. ....
3. ....
4. ....
5. ....
6. ....
7. ....
8. ....

 పాఠం

7. పనస

భలే భలే పనస

పసందైన పనస

పచ్చపచ్చని పనస

తియ్యనైన పనస

తొనలు ఉన్న పనస

భలే భలే పనస

పసందైన పనస

వినండి - మాట్లాడండి

(అ) గేయం పాడండి. అభినయించండి.

(ఆ) పనసపళ్ళు చెట్టుకు ఎక్కడ కాస్తాయి? మిగతా చెట్లకు పళ్ళు ఎక్కడ కాస్తాయి?

(ఇ) పనసపండు తియ్యగా ఉంటుంది. తియ్యగా ఉన్న పళ్ళు మరికొన్నిటిని చెప్పండి.

(ఈ) పనసపండు ఏ రంగులో ఉంది? అదే రంగులోని పళ్ళు మరికొన్ని చెప్పండి.

చదవండి

(అ) కింది వాక్యాలను, పదాలను గేయంలో గుర్తించండి.

1. భలే భలే పనస
2. పసందైన పనస
3. తియ్యనైన పనస
4. పచ్చ, పనస, తొనలు

(ఆ) కింది బొమ్మలను చూసి వాక్యాలు చెప్పండి. కింది వాక్యాల్లో "పనస" పదానికి '◯' చుట్టండి.

బండిమీద పనస పళ్ళు ఉన్నాయి.

రవి పనస పండు కొంటున్నాడు

పిల్లలు పనస తొనలు తింటున్నారు.

(ఇ) కింది బొమ్మను చూడండి. పదాన్ని చదవండి. అక్షరాలను చదవండి. ఈ అక్షరాలను వర్ణమాల చార్టులో గుర్తించండి.

పనస

ప న స

ప న స

(ఈ) కింది గళ్ళలోని అక్షరాలను చదవండి.

ప	న	స	డ	క
1	2	3	4	5

1 వ అక్షరం ఏమిటి?

2 వ అక్షరం ఏమిటి?

3వ అక్షరం ఏమిటి?

2, 3 అక్షరాలను కలిపి చదవండి.

2, 4, 5 అక్షరాలను కలిపి చదవండి.

(ఉ) కింది పదాలను చదవండి.

నస	వనం	నడక
బస	జనం	నలక
వస	నరం	నడత
పస	వరం	నరకం
సంత	రసం	వసంతం
వంత	పనస	సంతకం.

రాయండి

(అ) కింది అక్షరాలను చుక్కలు కలుపుతూ రాయండి. కలిపి చదవండి.

ప	న	స
ప	న	స
ప	న	స
ప	న	స
ప	న	స

సం	త	కం
సం	త	కం
సం	త	కం
సం	త	కం
సం	త	కం

న	డ	క
న	డ	క
న	డ	క
న	డ	క
న	డ	క

(ఆ) బొమ్మను చూసి కింది ఖాళీల్లో సరైన పదాలు రాయండి.

1. జయకు అంటే ఇష్టం.

జయకు........................ అంటే ఇష్టం.

2. బొమ్మలు లో అమ్ముతున్నారు.

బొమ్మలు........................ లో అమ్ముతున్నారు.

(ఇ) గళ్ళలోని అక్షరాలతో పదాలు రాయండి.

ప	జ	ల
అ	న	ర
ం	త	స

1. అర
2. ....
3. ....
4. ....
5. ....
6. ....

(ఈ) కింది బొమ్మను చూడండి. మీరు గీయండి. రంగులు వేసి దాని పేరు రాయండి.

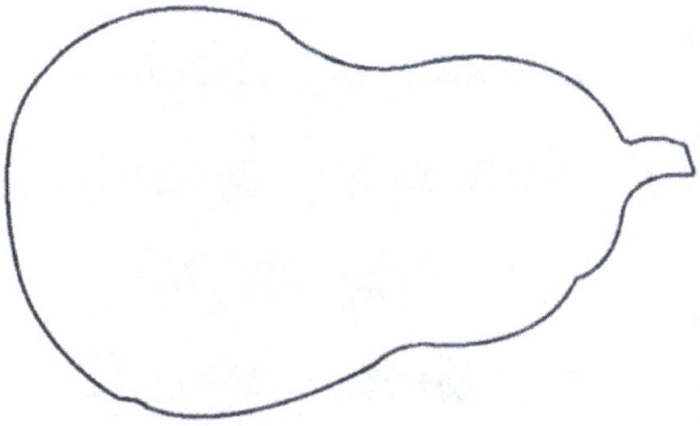

8. శనగ

 పాఠం

1.

శివకు శనగలు అంటే ఎంతో ఇష్టం. చాలా శనగలు కొన్నాడు. జేబులనిండా, దోసిలినిండా నింపుకున్నాడు.

2.

శివ మొత్తం శనగలన్నీ తిన్నాడు. కడుపునొప్పి వచ్చింది.

3.
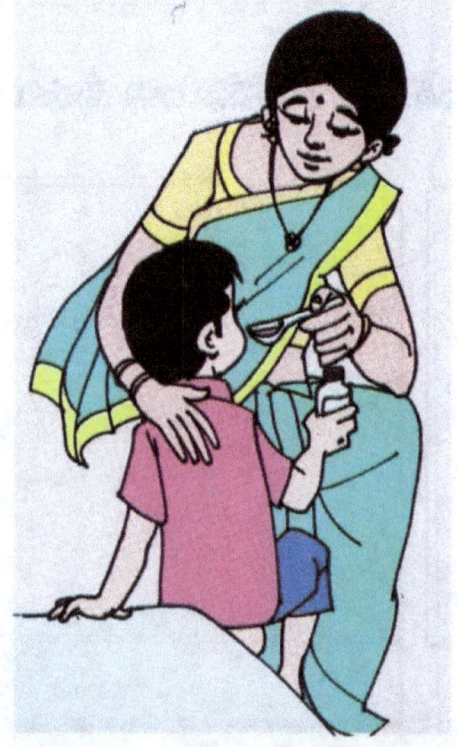

అమ్మతో చెప్పాడు. అలా అతిగా తినకూడదని అమ్మ చెప్పింది. మందు ఇచ్చింది. శివ కడుపునొప్పి తగ్గింది.

 వినండి - మాట్లాడండి

(అ) పాఠం బొమ్మలు చూడండి. మాట్లాడండి.

(ఆ) శివ ఎందుకు ఏడుస్తున్నాడు? నీకు ఎప్పుడు ఏడుపు వస్తుంది?

(ఇ) శివకు శనగలు అంటే ఇష్టం. మరి నీకు ఏమంటే ఇష్టం?

(ఈ) శివకు కడుపునొప్పి ఎందుకు వచ్చింది?

(ఉ) మనం ఎప్పుడెప్పుడు మందులు వేసుకుంటాము?

 చదవండి

(అ) కింది వాక్యాలను, పదాలను పాఠంలో గుర్తించండి.

1. శివకు శనగలు అంటే ఇష్టం.

2. శివ శనగలన్నీ తిన్నాడు.

3. అమ్మ, కడుపునొప్పి, మందు.

(ఆ) కింది బొమ్మలను చూసి వాక్యాలు చెప్పండి. కింది వాక్యంలోని 'శనగ' పదాన్ని 'O' చుట్టండి.

బండిపై శనగలు అమ్ముతున్నారు.

పిల్లలు శనగలు కొంటున్నారు.

పిల్లలు శనగలు తింటున్నారు.

(ఇ) కింది బొమ్మను చూడండి. పదాన్ని చదవండి. అక్షరాలను చదవండి. ఈ అక్షరాలను వర్ణమాల చార్టులో గుర్తించండి.

శనగ

శ న గ

శ న గ

(ఈ) కింది గళ్ళలోని అక్షరాలను చెప్పండి.

శ	న	గ	జ	ప	డ
1	2	3	4	5	6

1 వ అక్షరం ఏమిటి?

2 వ అక్షరం ఏమిటి?

3 వ అక్షరం ఏమిటి?

2, 3 అక్షరాలను కలిపి చదవండి.

4, 6 అక్షరాలను కలిపి చదవండి.

5, 6, 3 అక్షరాలను కలిపి చదవండి.

(ఉ) కింది పదాలను చదవండి.

శరం	రంగం	శనగ	గజగజ
శకం	సంగం	గడప	గబగబ
గజం	గండం	పడగ	గలగల
జగం	తగరం	శతకం	గరగర
సగం	ఉంగరం	కరం	సలసల
జనం	గంప	రంగ	వలవల
రకం	గంగ	నకనక	జరజర

 రాయండి

(అ) కింది అక్షరాలను చుక్కలు కలుపుతూ రాయండి. కలిపి చదవండి.

శ	న	గ
శ	న	గ
శ	న	గ
శ	న	గ
శ	న	గ
శ	న	గ

క	ల	శం
క	ల	శం
క	ల	శం
క	ల	శం
క	ల	శం
క	ల	శం

శ	త	కం
శ	త	కం
శ	త	కం
శ	త	కం
శ	త	కం
శ	త	కం

(ఆ) బొమ్మను చూసి కింది ఖాళీల్లో సరైన పదాలు రాయండి.

1. పాప వేలికి  ఉంది.

   పాప వేలికి .... ఉంది.

2. చెట్టు కింద  ఉంది.

   చెట్టు కింద .... ఉంది.

3. పాము  విప్పింది.

   పాము .... విప్పింది.

(ఇ) గళ్ళలోని అక్షరాలతో పదాలు రాయండి.

క	ప	శ	ల
త	అ	ర	గ
బ	ం	న	స
జ	ఉ	డ	వ

1. పడవ
2. ....
3. ....
4. ....
5. ....
6. ....
7. ....
8. ....
9. ....
10. ....

9. ఈక

పాఠం

నెమలి నెమలి అందాల నెమలి

నెమలికి నేను గింజలు వేస్తే

నెమలి నాకు ఈకను ఇచ్చె

ఈకను తెచ్చి ఈశ్వర్ కిస్తే

ఈశ్వర్ నాకు ఈతను నేర్పె

ఈతలో నేను పోటీపడితే

నాకు మొదటి బహుమతి వచ్చె.

 వినండి - మాట్లాడండి

(అ) గేయం పాడండి. అభినయించండి.

(ఆ) నెమలిబొమ్మలో ఏమేమి ఉన్నాయి?

(ఇ) ఏ పక్షులు ఏ రంగులో ఉంటాయో చెప్పండి. రంగులలో ఉండే మరికొన్ని పక్షులపేర్లు చెప్పండి.

(ఈ) నెమలికి ఏమి ఇస్తే ఈకను ఇచ్చింది?

(ఉ) నెమలి ఈకతో నీవేం చేస్తావు?

 చదవండి

(అ) కింది వాక్యాలను, పదాలను గేయంలో గుర్తించండి.

1. నెమలి నాకు ఈకను ఇచ్చె.

2. ఈశ్వర్ నాకు ఈతను నేర్పె.

3. నెమలి, ఈక, ఈశ్వర్, ఈత, బహుమతి, గింజలు, నేను.

(ఆ) కింది బొమ్మలను చూసి వాక్యాలు చెప్పండి. కింది వాక్యాల్లో 'ఈత' పదాన్ని గుర్తించి 'O' చుట్టండి.

ఈత పోటీ జరిగింది

రవి ఈత కొట్టాడు.

ఈతలో బహుమతి వచ్చింది.

(ఇ) కింది బొమ్మను చూడండి. పదాన్ని చదవండి. అక్షరాలను చదవండి. ఈ అక్షరాలను వర్ణమాల చార్టులో గుర్తించండి.

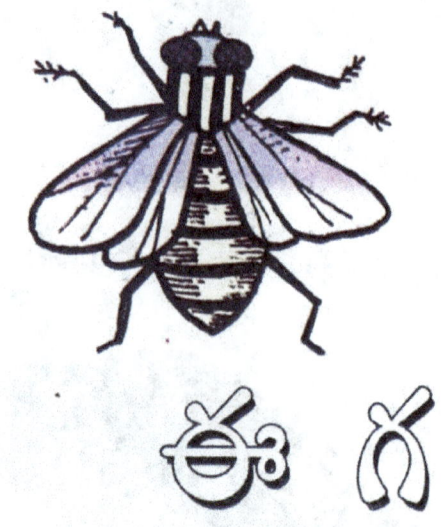

ఈ గ

ఈ	గ

ఈ గ

(ఈ) కింది గళ్ళలోని అక్షరాలను చెప్పండి.

ఈ	గ	క	త	ల
1	2	3	4	5

1 వ అక్షరం ఏమిటి?

2 వ అక్షరం ఏమిటి?

1, 3 అక్షరాలను కలిపి చదవండి.

1, 4 అక్షరాలను కలిపి చదవండి.

1, 5 అక్షరాలను కలిపి చదవండి.

(ఉ) కింది బొమ్మలకు తగిన పదానికి '◯' చుట్టండి.

1. ఈల, ఈత, ఈగ
2. ఈల, ఈగ, ఈక
3. ఈగ, ఈత, ఈక
4. ఈత, ఈల, ఈక

(ఈ) కింది పదాలు చదవండి.

ఈగ	ఈగ తల
ఈల	లత ఈల
ఈక	గజఈత
ఈత	ఈదడం

రాయండి

(అ) కింది అక్షరాలను చుక్కలు కలుపుతూ రాయండి. కలిపి చదవండి.

ఈ	ల
ఈ	ల
ఈ	ల
ఈ	ల
ఈ	ల

ఈ	క
ఈ	క
ఈ	క
ఈ	క
ఈ	క

ఈ	గ	త	ల
ఈ	గ	త	ల
ఈ	గ	త	ల
ఈ	గ	త	ల
ఈ	గ	త	ల

(ఆ) కింది బొమ్మలు ఆధారంగా గళ్ళనుడికట్టును పూరించండి.

1.

3.

2.

4.

(ఇ) బొమ్మను చూసి కింది ఖాళీల్లో సరైన పదాలు రాయండి.

1. ఈ [బొమ్మ] ఎగురుతుంది.

   ఈ .... ఎగురుతుంది.

2. ఈ [బొమ్మ] నెమలి ఈక.

   ఈ .... నెమలి ఈక.

3. రంగడు [బొమ్మ] ను ఊదాడు.

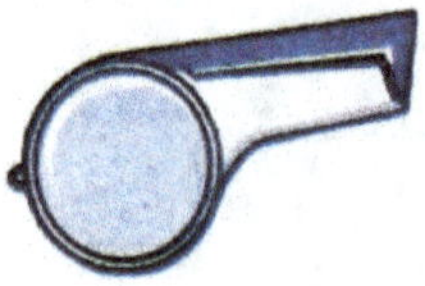

   రంగడు .... ను ఊదాడు.

4. చెరువులో శీను [బొమ్మ] కొడుతున్నాడు.

   చెరువులో శీను .... కొడుతున్నాడు.

(ఈ) కింది గళ్ళలోని అక్షరాలను చదవండి. ఆ అక్షరాలతో ఏర్పడే పదాలు రాయండి.

వ	ఈ	డ	ప
ఉ	క	త	స
ప	జ	ం	గ
ల	బ	న	శ

ఉదా:- 1. ఈక   6. ....

2. ....   7. ....

3. ....   8. ....

4. ....   9. ....

5. ....   10. ....

వేదిక్ విద్యాలయ   తెలుగు 2   పేజీ 44

(ఉ) కింది బొమ్మను చూడండి. మీరూ దానిని గీయండి. రంగులు వేయండి. పేరు రాయండి.

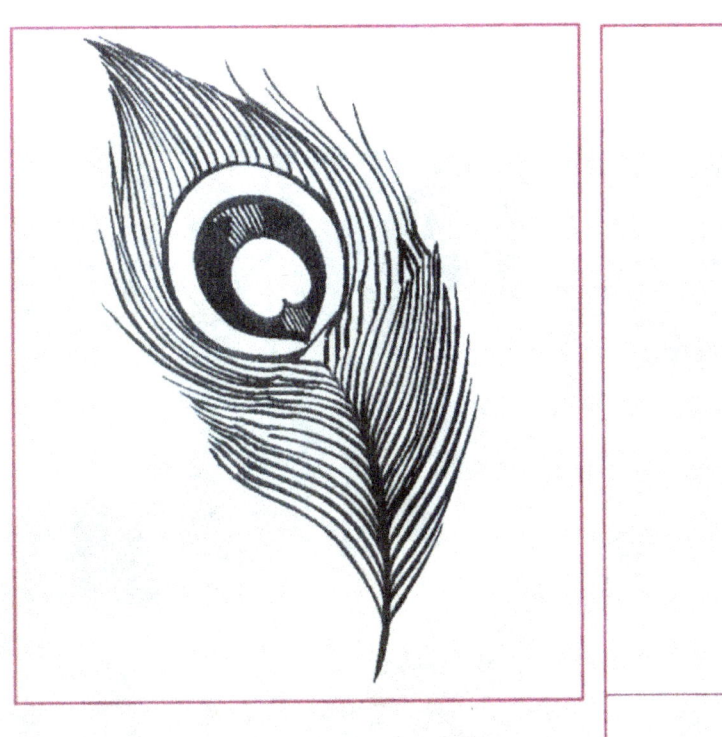

(ఊ) మీకు ఇష్టమైన పక్షిబొమ్మను సేకరించండి. అతికించండి. పేరు రాయండి. దానిని గురించి చెప్పండి.

10. దండ

పాఠం

సీతమ్మ వాకిట సిరిమల్లె చెట్టు
సిరిమల్లె చెట్టేమో విరగబూసింది
చెట్టు వంచకుండా కొమ్మ వంచండి
కొమ్మ విరగకుండా పూలు కోయండి
కోసిన పూలన్నీ దండ గుచ్చండి
దండ తీసుకెళ్ళి సీతకివ్వండి
రాముడంపాడమ్మ సిరిమల్లె దండ
ముడుచుకో సీతమ్మ ముచ్చటగ జడనిండ.

 **వినండి - మాట్లాడండి**

(అ) గేయం పాడండి. అభినయించండి.

(ఆ) పాఠం బొమ్మను చూడండి. మాట్లాడండి.

(ఇ) పూలమాల దేనికి, ఎప్పుడు ఉపయోగిస్తారు?

(ఈ) మీ ఇంట్లో ఏ ఏ పూల మొక్కలు ఉన్నాయి? నీకు ఏది ఇష్టం?

 **చదవండి**

(అ) గేయంలో కింది వాక్యాలు/పదాలు గుర్తించండి.

1. సీతమ్మ వాకిట సిరిమల్లె చెట్టు.
2. కొమ్మ విరగకుండా పూలుకోయండి.
3. చెట్టు, కొమ్మ, పూలు, దండ

(ఆ) కింది బొమ్మలను చూసి వాక్యాలు చెప్పండి. కింది వాక్యాల్లో 'దండ' పదాన్ని గుర్తించి 'O' చుట్టండి.

పాప పూలను దండగా గుచ్చింది.

పాప గుడికి దండ తెచ్చింది.

పూజారి దేవుడికి దండ వేశాడు.

(ఇ) కింది బొమ్మను చూడండి. పదాన్ని చదవండి. అక్షరాలను చదవండి. ఈ అక్షరాలను వర్ణమాల చార్టులో గుర్తించండి.

(ఈ) కింది గళ్ళలోని అక్షరాలను చెప్పండి.

1 వ అక్షరం ఏమిటి?

2 వ అక్షరం ఏమిటి?

2, 3, 4 అక్షరాలను కలిపి చదవండి.

2, 5, 4 అక్షరాలను కలిపి చదవండి.

2, 4 అక్షరాలను కలిపి చదవండి.

3, 5, 2 అక్షరాలను కలిపి చదవండి.

(ఉ) కింది పదాలను, వాక్యాలను గబగబా చదవండి.

గద	వంద	వదనం	దవడ
గడ	కంద	వందనం	దడదడ
జడ	దండ	నందనం	గబగబ
దడ	దంతం	కందకం	గడగడ
వడ	గండం	కదనం	దబదబ

ఈ పలక అమల పలక.

ఈ దండ వసంత దండ.

ఈ బలపం వనజ బలపం.

ఈ గంప లత గంప.

రాయండి

(అ) కింది అక్షరాలను చుక్కలు కలుపుతూ రాయండి. కలిపి చదవండి.

దం	డం
దం	డం
దం	డం
దం	డం
దం	డం

దం	తం
దం	తం
దం	తం
దం	తం
దం	తం

వం	ద	నం
వం	ద	నం
వం	ద	నం
వం	ద	నం
వం	ద	నం

(ఆ) బొమ్మను చూసి కింది ఖాళీల్లో సరైన పదాలు రాయండి.

1. దేవుని మెడలో వేద్దాం.

దేవుని మెడలో .... వేద్దాం.

2. భీముని చేతిలో ఉంది.

భీముని చేతిలో .... ఉంది.

3. ఏనుగు తెల్లన.

ఏనుగు .... తెల్లన

4. గురువుకు పెడదాం.

గురువుకు .... పెడదాం.

(ఇ) గళ్ళలోని అక్షరాలతో పదాలు రాయండి.

బ	ర	శ	న
స	జ	ఈ	గ
ఉ	అ	త	డ

1. శనగ
2. ....
3. ....
4. ....
5. ....
6. ....

11. గంట

పాఠం

బడిలో గంట ఏమంది?
వేళకు బడికి రమ్మంది.
గుడిలో గంట ఏమంది?
దేవుని పూజకు రమ్మంది.
సైకిల్ గంట ఏమంది?
దారికి అడ్డం రాకంది.

వినండి - మాట్లాడండి

(అ) గేయం పాడండి. అభినయించండి.

(ఆ) పాఠం బొమ్మను చూడండి. మాట్లాడండి.

(ఇ) గంటలు ఎక్కడెక్కడ ఉంటాయి?

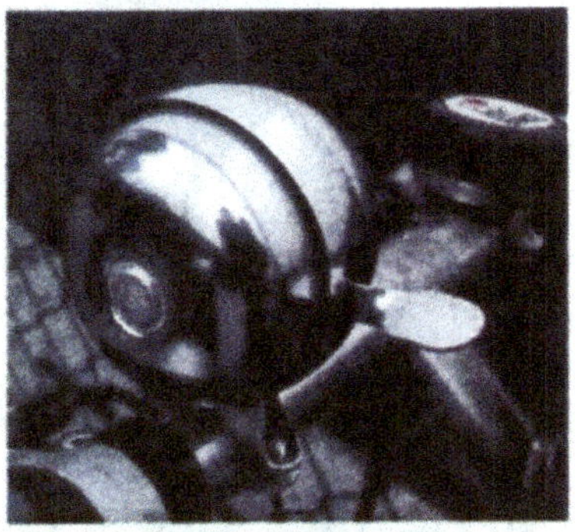

(ఈ) సైకిల్‌కు గంట ఉంది. సైకిలుకు ఇంకా ఏమేమి ఉంటాయి?

(ఉ) వేళకు బడికి ఎందుకు రావాలి?

చదవండి

(అ) కింది వాక్యాలను, పదాలను గేయంలో గుర్తించండి.

1. వేళకు బడికి రమ్మంది.
2. సైకిల్ గంట ఏమంది?
3. దారికి అడ్డం రాకంది.
4. ఏమంది, బడి, గుడి, పూజ, గంట.

(ఆ) కింది బొమ్మలను చూసి వాక్యాలు చెప్పండి. కింది వాక్యాల్లో 'గంట' పదాన్ని గుర్తించి '◯' చుట్టండి.

రైతు చేతిలో గంట ఉంది.	గంటను ఆవుమెడలో కట్టాడు.	ఆవుమెడలో గంట గణగణ మోగింది.

(ఇ) కింది బొమ్మను చూడండి. పదాన్ని చదవండి. అక్షరాలను చదవండి. ఈ అక్షరాలను వర్ణమాల చార్టులో గుర్తించండి.

గంట

గం	ట

గం ట

(ఈ) కింది గళ్ళలోని అక్షరాలను చెప్పండి.

గం	ట	వం	జం
1	2	3	4

1 వ అక్షరం ఏమిటి?

2 వ అక్షరం ఏమిటి?

3, 2 అక్షరాలను కలిపి చదవండి.

4, 2 అక్షరాలను కలిపి చదవండి.

(ఉ) కింది పదాలను చదవండి.

గంట	తంట	అలసట
పంట	పటం	టపటప
జంట	అటక	కటకట
వంట	నటన	టకటక

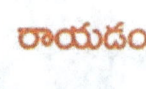

రాయడం

(అ) కింది అక్షరాలను చుక్కలు కలుపుతూ రాయండి. కలిపి చదవండి.

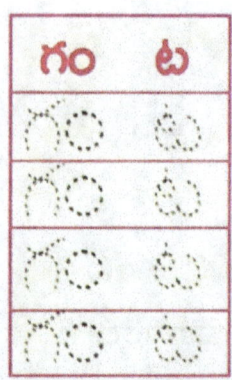

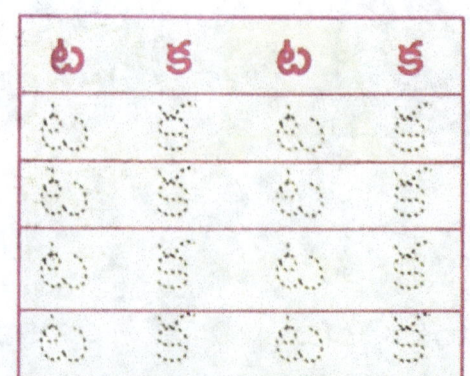

గం	ట
గం	ట
గం	ట
గం	ట
గం	ట

అ	ట	క
అ	ట	క
అ	ట	క
అ	ట	క
అ	ట	క

ట	క	ట	క
ట	క	ట	క
ట	క	ట	క
ట	క	ట	క
ట	క	ట	క

(ఆ) కింది పదాలను చదవండి. గీతల మధ్య అందంగా రాయండి.

1. అటక
2. నటన
3. వంట

(ఇ) కింది బొమ్మల పేర్లు రాయండి.

(ఈ) గళ్ళలోని అక్షరాలతో పదాలు రాయండి.

న	క	గ
ద	ట	ఈ
జం	ఆ	పం

1. నగ
2.
3.
4.
5.
6.
7.
8.

(ఉ) బొమ్మను చూడండి. మీరూ గీయండి. పేరు రాయండి.

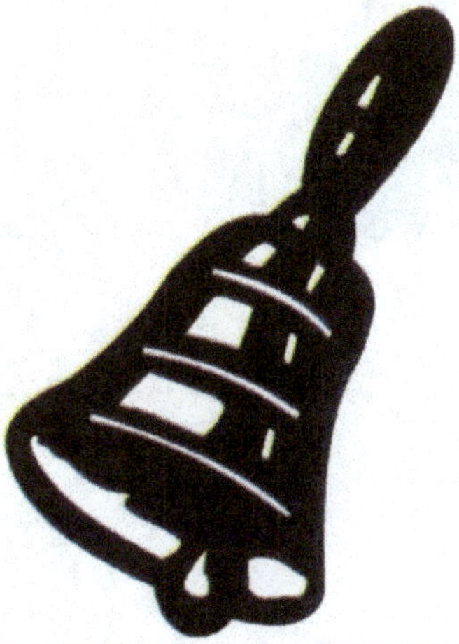

12. ఆట

పాఠం

పిల్లలం బడిపిల్లలం
ఆడే పాడే పిల్లలం
కళ్ళకు గంతలు కట్టుకుని
దాగుడు మూతలు ఆడేస్తాం
చేయీ చేయీ కలుపుకుని
చెమ్మా చెక్కా ఆడేస్తాం
కప్పగంతులు, తొక్కుడుబిళ్ళ
కబడ్డీ ఆటలు ఆడేస్తాం
ఆటలంటే మాకిష్టం
పాటలంటే మాకిష్టం

వినండి - మాట్లాడండి

(అ) గేయం పాడండి. అభినయించండి.

(ఆ) పాఠం బొమ్మను చూడండి. పిల్లలేం చేస్తున్నారో చెప్పండి.

(ఇ) మీరు ఆడుకునే ఆటలు ఏవి?

(ఈ) మీకు తెలిసిన ఒక ఆట ఎలా ఆడాలో చెప్పండి.

చదవండి

(అ) కింది వాక్యాలను, పదాలను గేయంలో గుర్తించండి.

1. చెమ్మా చెక్కా ఆడేస్తాం.
2. ఆటలంటే మాకిష్టం.
3. పిల్లలం, గంతలు, కప్పగంతులు, ఆట.

(ఆ) కింది బొమ్మలను చూసి వాక్యాలు చెప్పండి. కింది వాక్యాల్లో "ఆట" పదాన్ని '◯' చుట్టండి.

పిల్లలు క్రికెట్ ఆట ఆడుతున్నారు.

పాప తాడుతో ఆట ఆడుతున్నది.

రహీం బంతితో ఆట ఆడుతున్నాడు.

(ఇ) కింది బొమ్మను చూడండి. పదాన్ని చదవండి. అక్షరాలను చదవండి. ఈ అక్షరాలను వర్ణమాల చార్టులో గుర్తించండి.

ఆ ట

ఆ ట

ఆ ట

(ఈ) కింది పదాలు చదవండి. వాటి వరసలో ఏమి గమనించారో చెప్పండి.

పంజరం - రంపం - పండగ

గద - దవడ - డబడబ

బలపం - పంట - టకటక

(ఉ) కింది పదాలను చదవండి.

ఆట	ఆపద	ఆనందం
ఆశ	ఆగడం	ఆపడం
ఆన	ఆడడం	ఆవడ

రాయండి

(అ) కింది అక్షరాలను చుక్కలు కలుపుతూ రాయండి. కలిపి చదవండి.

ఆ	ట
ఆ	ట
ఆ	ట
ఆ	ట
ఆ	ట

న	ట	న
న	ట	న
న	ట	న
న	ట	న
న	ట	న

ఆ	వ	డ
ఆ	వ	డ
ఆ	వ	డ
ఆ	వ	డ
ఆ	వ	డ

(ఆ) కింది అక్షరాలను సరిచేసి గీతల్లో అందంగా రాయండి.

డఆడం - ఆడడం   టఆ - ....

శఆ - ....   దపఆ - ....

ఆడమ- ....   డంఆగ - ....

(ఇ) కింది పట్టిక చూడండి, పదాలు చదవండి, వాక్యాలు రాయండి.

వంట	వండడం	
ఆట	ఆడడం	ఆనందం
పడవ	నడపడం	
ఈత	ఈదడం	

ఉదా : ఆట   ఆడడం   ఆనందం

1. ....
2. ....
3. ....

(ఈ) బొమ్మను చూసి కింది ఖాళీల్లో సరైన పదాలు రాయండి.

1. ఇది హనుమంతుని

   ఇది హనుమంతుని ....

2.  .... పండు తియ్యన

   .... పండు తియ్యన.

3. చెట్టుకొమ్మపై  .... ఉంది.

   చెట్టుకొమ్మపై .... ఉంది.

(ఉ) కింది అక్షరాలతో పదాలు రాయండి.

వ	ఆ	ట	న	ద	ప	క	ం

ఉదా: ఆట ....

....

13. మంచం

 పాఠం

చిలకా! చిలకా! చిన్నారి మొలకా!
మంచంకోసం ఎందుకె అలకా?
మామకేమో మడతా మంచం
అన్నకేమో నవారు మంచం
తాతకేమో నులకా మంచం
నీకూ నాకూ పందిరి మంచం

 వినండి - మాట్లాడండి

(అ) గేయం పాడండి. అభినయించండి.

(ఆ) పాఠం బొమ్మను చూడండి. ఎవరెవరికి ఏ ఏ మంచాలు ఉన్నాయో చెప్పండి?

(ఇ) బొమ్మలో ఎన్ని రకాల మంచాలున్నాయి? మీ ఇంట్లో ఎలాంటి మంచం ఉంది?

(ఈ) పాప ఎందుకు అలిగింది? నీవెప్పుడైనా అలిగావా? ఎందుకు?

 చదవండి

(అ) కింది వాక్యాలను, పదాలను గేయంలో గుర్తించి 'O' చుట్టండి.

1. మంచంకోసం ఎందుకె అలకా?

2. తాతకేమో నులకామంచం.

3. చిలకా, మడతా, నవారు, తాత, మంచం

(ఆ) కింది బొమ్మలను చూసి వాక్యాలు చెప్పండి. కింది వాక్యాల్లోని 'మంచం' పదాన్ని గుర్తించి 'O' చుట్టండి.

చెట్టుకింద మంచం ఉన్నది

మంచం దగ్గరికి తాత వచ్చాడు

తాత మంచంమీద పడుకొన్నాడు.

(ఇ) కింది బొమ్మను చూడండి. పదాన్ని చదవండి. అక్షరాలను చదవండి. ఈ అక్షరాలను వర్ణమాల చార్టులో గుర్తించండి.

కంచం

కం	చం
కం	చం

మంచం

మం	చం
మం	చం

(ఈ) కింది గళ్ళలోని అక్షరాలను చెప్పండి. రాయండి.

మ	చ	ం	క	ట
1	2	3	4	5

1 వ అక్షరం ఏమిటి? ______________

2 వ అక్షరం ఏమిటి? ______________

1, 3, 5వ అక్షరాలను కలిపి చదవండి. ______________

4, 3, 2, 3 అక్షరాలను కలిపి చదవండి. ______________

(ఉ) కింది పదాలను చదవండి, 'చ' ఉన్న పదాలకు '◯' చుట్టండి.

రమ, మంట, మర, అటక, మంచం, అమల, చలనం

కంచం, కమలం, మడక, చదరం, మనం, బరబర, చలం

చకచక, మమత, చవట, మంటపం, గమనం, వచనం, మలమల

 రాయండి

(అ) కింది అక్షరాలను చుక్కలు కలుపుతూ రాయండి. కలిపి చదవండి.

మంచం	చకచక	కమలం
మంచం	చకచక	కమలం
మంచం	చకచక	కమలం
మంచం	చకచక	కమలం
మంచం	చకచక	కమలం

(ఆ) కింద 'చ' కు పక్కనున్న అక్షరాలను కలిపి చదవండి, రాయండి.

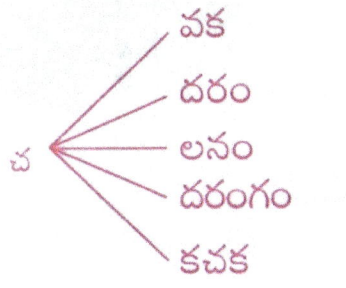

చ — వక
— దరం
— లనం
— దరంగం
— కచక

....
....
....
....
....
....

(ఇ) కింది బొమ్మలను చూడండి. బొమ్మకు సరైన పదం ఖాళీలో రాయండి.

1. చెరువులో .... ఉంది.

   చెరువులో .... ఉంది.

3. ఇది నులక ....

   ఇది నులక ....

2. నాన్న .... తో వచ్చాడు.

   నాన్న .... తో వచ్చాడు.

4. అమ్మ .... చేస్తున్నది.

   అమ్మ .... చేస్తున్నది.

5. నీటిలో   ఉంది.

   నీటిలో .... ఉంది.

(ఈ) కింది బొమ్మలు చూడండి. పేర్లు రాయండి.

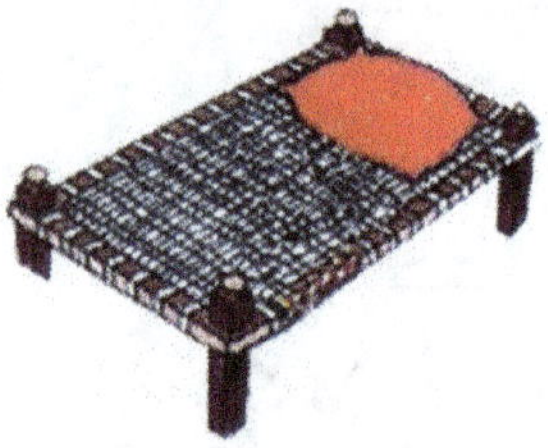

....

(ఉ) 'మ' తో, 'చ' తో మొదలయ్యే పదాలు రాయండి.

(ఊ) కింది పదంలోని అక్షరాలతో వచ్చే మరికొన్ని పదాలు రాయండి.

మనం చదవగలం

ఉదా: **మంచం**

(ఎ) కింది బొమ్మను చూసి మీరూ గీయండి. పేరు రాయండి.

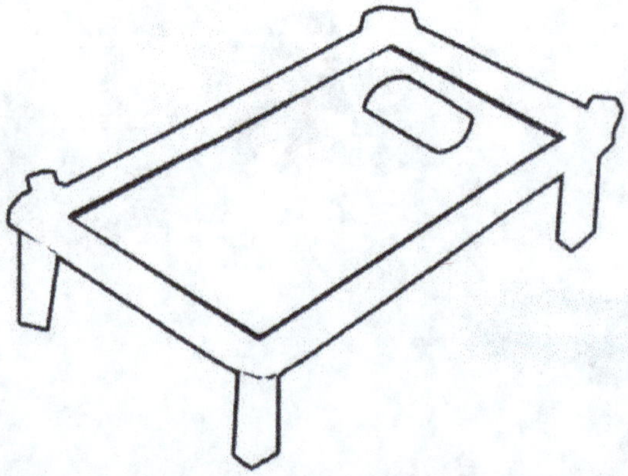

పిల్లలూ... రవి, ఉమ, రహీం, జాని, లత ఆదివారం రోజున ఎలా ఆడుతున్నారో చూడండి. మీరు ఆదివారం ఏ ఏ ఆటలు ఆడతారో చెప్పండి.

14. ఊయల

 పాఠం

లాలి ఊయలమ్మ జోల ఊయల
ఊగేటి మా పాప తూగుటూయల
చిట్టి ఊయలమ్మ పొట్టి ఊయల
పట్టి ముద్దులపాప పసిడి ఊయల
లాలి ఊయలమ్మ గాలి ఊయల
ఆకాశ వీధిలో కెగురు ఊయల
బాల ఊయలమ్మ జోల ఊయల
పాలబుగ్గల పాప ఊగు ఊయల

వినండి - మాట్లాడండి

(అ) గేయం పాడండి. అభినయించండి.

(ఆ) పాఠం బొమ్మలో ఎవరెవరు ఉన్నారు? ఏం చేస్తున్నారు?

(ఇ) పాపను ఎవరు ఊపుతున్నారు? పాపతో ఏమి చెపుతున్నది?

(ఈ) ఊయల ఊగుతుంటే, నీకు ఎలా అనిపిస్తుంది?

(ఉ) గేయంలో ఏ ఏ ఊయలల పేర్లు ఉన్నాయి?

చదవండి

(అ) గేయంలో కింది వాక్యాలను, పదాలను గుర్తించండి.

1. చిట్టి ఊయలమ్మ పొట్టి ఊయల.
2. ఆకాశవీధిలో కెగురు ఊయల.
3. తూగుటూయల, లాలి, గాలి, ముద్దులపాప, ఊయల.

(ఆ) కింది బొమ్మలను చూసి వాక్యాలు చెప్పండి. కింది వాక్యాల్లో 'ఊయల' పదాన్ని గుర్తించి '◯' చుట్టండి.

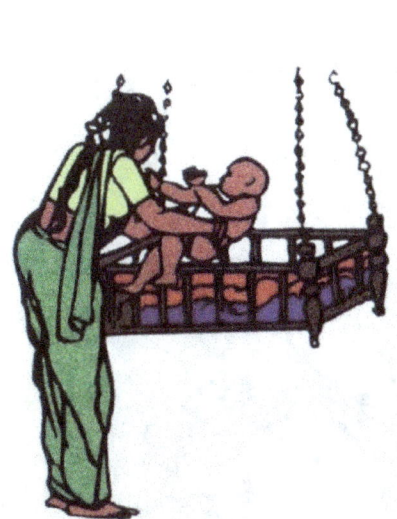

అమ్మ పాపను ఊయలలో పడుకోబెడుతూంది.

అమ్మమ్మ ఊయలను ఊపుతున్నది.

ఊయలలో పాప నిదురపోయింది.

(ఇ) కింది బొమ్మను చూడండి. పదాన్ని చదవండి. అక్షరాలను చదవండి. ఈ అక్షరాలను వర్ణమాల చార్టులో గుర్తించండి.

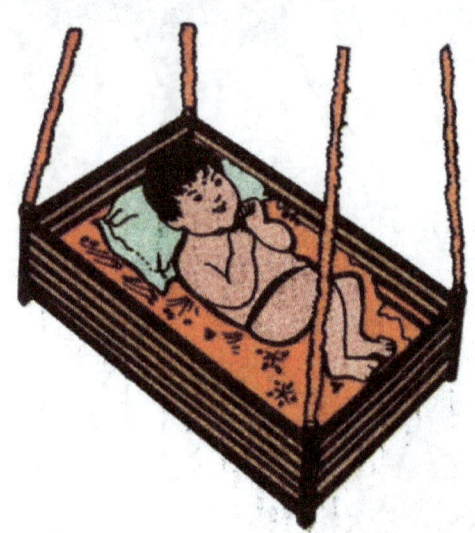

ఊయల

ఊ	య	ల

ఊ య ల

(ఈ) కింది గళ్ళలోని అక్షరాలను చెప్పండి. రాయండి.

ఊ	య	ల	డ	ట	ద
1	2	3	4	5	6

1 వ అక్షరం ఏమిటి? ____________

2 వ అక్షరం ఏమిటి? ____________

1, 4 అక్షరాలు కలిపి చదవండి. ____________

6, 2 అక్షరాలు కలిపి చదవండి. ____________

3, 2 అక్షరాలు కలిపి చదవండి. ____________

(ఉ) కింది పదాలకు 'డం' చేర్చి చదవండి. రాయండి.

ఊగ ___ నడప ___

ఆడ ___ అరవ ___

తరగ ___ కరవ ___

పలక ___ కడగ ___

(ఈ) కింది తోరణంలో ఉన్న పదాలను చదవండి. పదాలలోని అక్షరాలను వర్ణమాల చార్టులో గుర్తించండి.

(ఎ) కింది వాక్యాలను చదవండి.

1. ఊయల ఊగడం ఆనందం.
2. ఊరవతల ఆలయం.
3. ఆట ఆడటం అవసరం.
4. ఈ పంట శనగ పంట.
5. ఈ కలం వనజ కలం.

రాయండి

(అ) కింది అక్షరాలను చుక్కలు కలుపుతూ రాయండి. కలిపి చదవండి.

ఊయల	ఆవల	ఊరవతల
ఊయల	ఆవల	ఊరవతల
ఊయల	ఆవల	ఊరవతల

(ఆ) కింది వాక్యాలను గీతలలో అందంగా రాయండి.

1. మనం ఊయల ఊగగలం ....

2. మనం గబగబ చదవగలం ....

3. మనం చకచక నడవగలం ....

4. మనం కరకర నమలగలం ....

5. ఈ పలక అమల పలక ....

6. ఈ దండ వనజ దండ ....

(ఇ) కింది బొమ్మలకు తగిన పదాలు రాయండి.

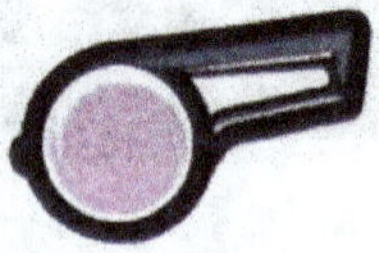

_____ _____ _____ _____ _____

(ఈ) కింది అక్షరాలు ఉండేలా మూడేసి పదాలు రాయండి.

1. చ   ....

2. మ   ....

3. ఊ   ....

4. య   ....

(ఉ) కమల వర్ణమాలలో ఇప్పటివరకు నేర్చుకున్న అక్షరాలకు '◯' చుట్టింది. మీరు కూడా చేయండి. ఆ అక్షరాలలో వచ్చే రెండక్షరాల పదాలు, మూడక్షరాల పదాలు, నాలుగక్షరాల పదాలు రాయండి.

అ ఆ ఇ ఈ ఉ ఊ ఋ ౠ

ఎ ఏ ఐ ఒ ఓ ఔ అం అః

క ఖ గ ఘ ఙ

చ ౘ ఛ జ ౙ ఝ ఞ

ట ఠ డ ఢ ణ

త థ ద ధ న

ప ఫ బ భ మ

య ర ల వ శ ష స హ ళ ఱ

రెండక్షరాల పదాలు	మూడక్షరాల పదాలు	నాలుగక్షరాల పదాలు
గద	పలక	గబగబ
....	....	....
....	....	....
....	....	....
....	....	....

15. కాకరకాయ

పాఠం

పిల్లలూ! మీరు రోజూ అన్నంతోపాటు ఏమేం తింటారు? పప్పు, కూరగాయలు వంటివి తింటారు కదా! ఈ కూరగాయలు ఎక్కడినుండి తెచ్చుకుంటారు? మరి ఏసయ్యతాత కూరగాయల కోసం ఏం చేశాడో తెలుసుకుందామా!

ఏసయ్యతాత తన ఇంటి పెరటిలో చాలా రకాల కూరగాయల మొక్కలు నాటాడు. వాటికి పాదులు చేశాడు. పందిరి వేశాడు. ఏసయ్యతాత రోజూ వాటికి నీళ్ళు పోశాడు. కాకరకాయలు, వంకాయలు, టమాటాలు, బీరకాయలు, సొరకాయలు కాశాయి. పెరట్లో కాసిన కొన్ని కూరగాయలను వండడానికి పంపాడు. ఇరుగుపొరుగు వారికి కొన్ని ఇచ్చాడు. మిగిలినవి బుట్టల్లో నింపి అంగడికి పంపాడు.

వినండి - మాట్లాడండి

(అ) పాఠం బొమ్మను చూడండి. ఎవరెవరు ఉన్నారు? ఏంచేస్తున్నారు? చెప్పండి.

(ఆ) మీరు కూరగాయలను ఎక్కడినుండి తెచ్చుకొంటారు?

(ఇ) ఏసయ్యతాత కాకర, వంకాయతోపాటు ఇంకేమేమి కూరగాయల మొక్కలు నాటాడు?

(ఈ) ఏసయ్యతాత కూరగాయలను అంగడికి పంపుతాడు కదా! ఎందుకు?

(ఉ) నీకు ఏ కూరగాయలంటే ఇష్టం? ఎందుకు?

చదవండి

(అ) కింది వాక్యాలను, పదాలను పాఠంలో గుర్తించండి.

1. వాటికి పాదులు చేశాడు.
2. ఇరుగు పొరుగువారికి కొన్ని ఇచ్చాడు.
3. కాకరకాయ, వంకాయ, టమాటా, తాత

(ఆ) కింది బొమ్మను చూడండి. పదాన్ని చదవండి. అక్షరాలను చదవండి. ఈ అక్షరాలను వర్ణమాల చార్టులో గుర్తించండి.

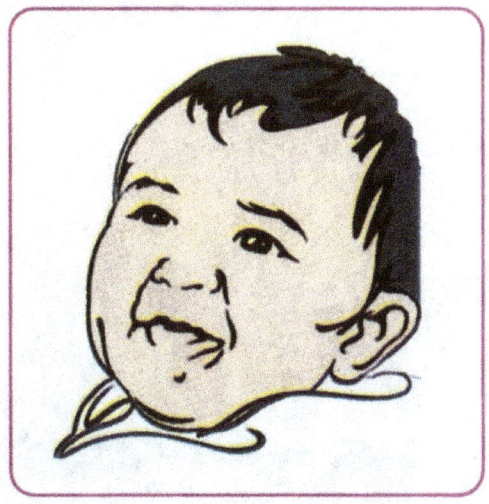

పాప

జామ

(ఇ) పాఠంలోని ' ా ' ఉండే అక్షరాలను గుర్తించి '◯' చుట్టండి. చదవండి.

(ఈ) కింది బొమ్మలను చూడండి, వాక్యాలను చెప్పండి. ' ా ' ఉన్న అక్షరాలను గుర్తించండి. వాటికి '◯' చుట్టండి.

పాప
పాకుతున్నది.

అమ్మ పాపకు
చందమామను చూపింది.

పాప ఆడుతున్నది.

(ఉ) గళ్ళలో ' ా ' ఉన్న అక్షరాలను చదవండి. వాటితో వచ్చే పదాలను చెప్పండి.

ా	కా	గా	చా	జా	టా	డా	తా	దా	నా	పా	బా	మా	యా	రా	లా	వా	శా	సా

(ఊ) కింది పదాలను చదవండి.

పాప	పాట	కాకర
కాయ	చాప	టమాటా
వాన	జామ	టపాకాయ
గాలం	మామ	పావలా
తాత	తామర	కాగడా
సరదా	దారం	జాతర

(ఎ) కింది వాక్యాలను చదవండి.

1. మనం వానపాట పాడదాం.
2. మనం సాయంకాలం ఆటలు ఆడదాం.
3. తాత తలపాగా అందంగా ఉందా?
4. పాపా! చందమామ కావాలా?
5. పాపా! పానకం తాగావా?

 రాయండి

(అ) కింది అక్షరాలకు ' ా ' చేర్చి రాయండి.

✓	క	గ	చ	జ	ట	డ	త	ద	న
ా	కా	గా							

ప	బ	మ	య	ర	ల	వ	శ	స
పా								

(ఆ) కింది బొమ్మలను చూడండి. బొమ్మకు సరైన పదం ఖాళీలో రాయండి.

1. ఆకాశంలో  ఉన్నాడు.

   ఆకాశంలో .... ఉన్నాడు.

2.   పడుకుంది.

   .... పడుకుంది.

3. నాకు   అంటే ఇష్టం.

   నాకు .... అంటే ఇష్టం.

4. నాకు   కథలు చెపుతాడు.

   నాకు .... కథలు చెపుతాడు.

(ఇ) కింది పదాలలోని మొదటి అక్షరానికి దీర్ఘం పెట్టి రాయండి. చెప్పండి.

ఉదా: 1. కలం : కాలం	6. జమ :	11. పదం: ....
2. కరం :	7. నవ :	12. శతం: ....
3. వరం:	8. వడ :	13. సరం: ....
4.. కడ :	9. జలం :	14. జడ: ....
5. రమ :	10. తపం:	15. బల: ....

(ఈ) అక్షరాలను కలిపి పదాలుగా చదవండి. రాయండి.

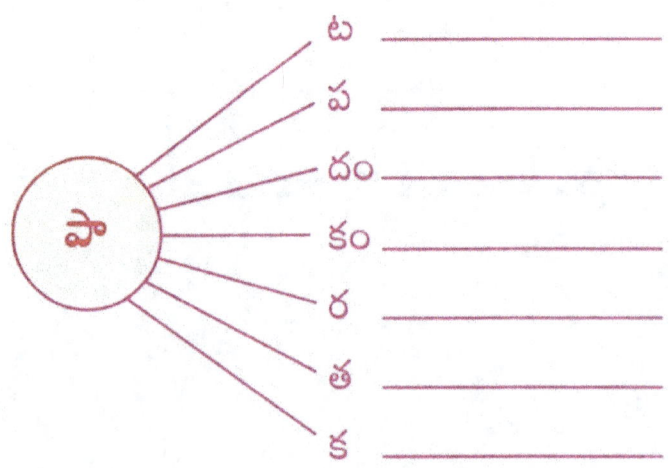

పా

- ట ________
- ప ________
- దం ________
- కం ________
- ర ________
- త ________
- క ________

(ఉ) ఎడమవైపు ఉన్న పదాలకు సరైన పదాలను జతచేయండి. రాయండి.

తామర	చాప	1. తామరకాడ
ఈత	కాడ	2. ....
జామ	కాలం	3. ....
చంద	కాయ	4. ....
సాయం	మామ	5. ....

(ఊ) కింది గళ్ళలోని అక్షరాలతో పదాలు రాయండి.

కా	క	ర	కా	య
మా	పా	ప	పా	ట
మా	తా	త	మా	ట
పా	ట	కా	వా	లా
ఆ	ట	కా	వా	లా

1. ....
2. ....
3. ....
4. ....
5. ....

(ఎ) 'కాకరకాయ' బొమ్మ గీయండి. రంగు వేయండి. పేరు రాయండి.

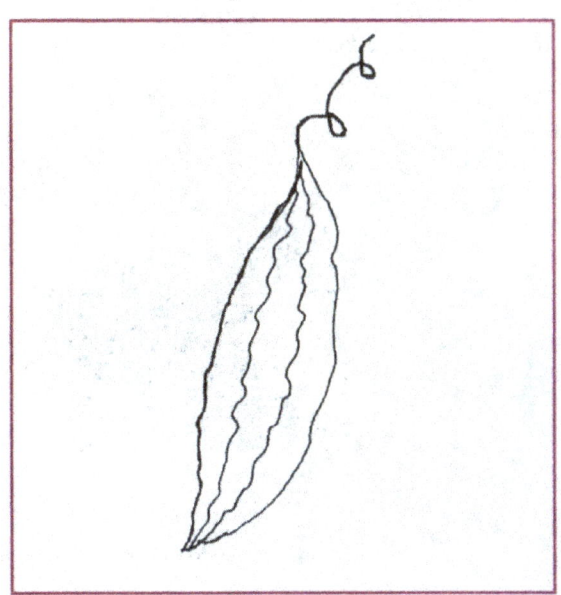

(ఏ) కింది బొమ్మను చూడండి. దాన్ని గురించి చెప్పండి. మట్టితో కూరగాయల బొమ్మలు చేయండి. మీ తరగతిలో పెట్టండి. వాటిని గురించి చెప్పండి.

16. కిరీటం

పాఠం

అల్లీబిల్లీ జాబిల్లి
అల్లరిచేసే మా మల్లి
పట్టుచీర కట్టింది
బొట్టు కాటుక పెట్టింది
చేతికి గాజులు తొడిగింది
కాళ్ళకు గజ్జెలు కట్టింది

నడుముకు ఒడ్డాణం పెట్టింది
మెడలో హారం వేసింది
జడలో మల్లెలు తురిమింది
తలకు కిరీటం పెట్టింది
ఎత్తుపీటపై కూర్చుంది
తానే రాణినని మురిసింది.

 **వినండి - మాట్లాడండి**

(అ) గేయం పాడండి. అభినయించండి.

(ఆ) పాఠం బొమ్మను చూడండి. ఏం జరుగుతున్నదో చెప్పండి.

(ఇ) పాప తలపై ఏముంది? ఎందుకు పెట్టారు?

(ఈ) మీరు ఫొటో ఎప్పుడైనా దిగారా? ఎప్పుడు?

(ఉ) పాపను ఎవరెవరు ముస్తాబు చేశారు? ఎందుకు?

(ఊ) పాపలా ఎవరెవరు కిరీటం పెట్టుకుంటారు?

 **చదవండి**

(అ) కింది వాక్యాలను, పదాలను గేయంలో గుర్తించండి.

1. అల్లీబిల్లీ జాబిల్లి.

2. పట్టుచీర కట్టింది.

3. గేయంలో 'ది' తో ముగిసే పదాలను (ఉదా: పెట్టింది) గుర్తించి 'O' చుట్టండి.

4. గేయంలో 'ి', 'ీ' ఉండే అక్షరాలను గుర్తించి 'O' చుట్టండి.

(ఆ) కింది బొమ్మలను చూసి వాక్యాలు చెప్పండి. కింది వాక్యాల్లోని 'ి', 'ీ' ఉన్న పదాలకు 'O' చుట్టండి.

కాకి తలపై కిరీటం ఉంది.

కిరీటం పక్కన పెట్టి కాకి నీళ్ళు తాగుతున్నది.

కాకి కిరీటం చిలుక పెట్టుకుంది.

(ఇ) కింది గళ్ళల్లోని 'ి', 'ీ' తో ఉన్న అక్షరాల్లో తేడాను గుర్తిస్తూ చదవండి.

✓	క	గ	చ	జ	ట	డ	త	ద	న	ప	బ	మ	య	ర	ల	వ	శ	స
ి	కి	గి	చి	జి	టి	డి	తి	ది	ని	పి	బి	మి	యి	రి	లి	వి	శి	సి
ీ	కీ	గీ	చీ	జీ	టీ	డీ	తీ	దీ	నీ	పీ	బీ	మీ	యీ	రీ	లీ	వీ	శీ	సీ

(ఈ) కింది బొమ్మలను చూడండి. పదాలను చదవండి. అక్షరాలను గుణింతాల చార్టులో గుర్తించండి.

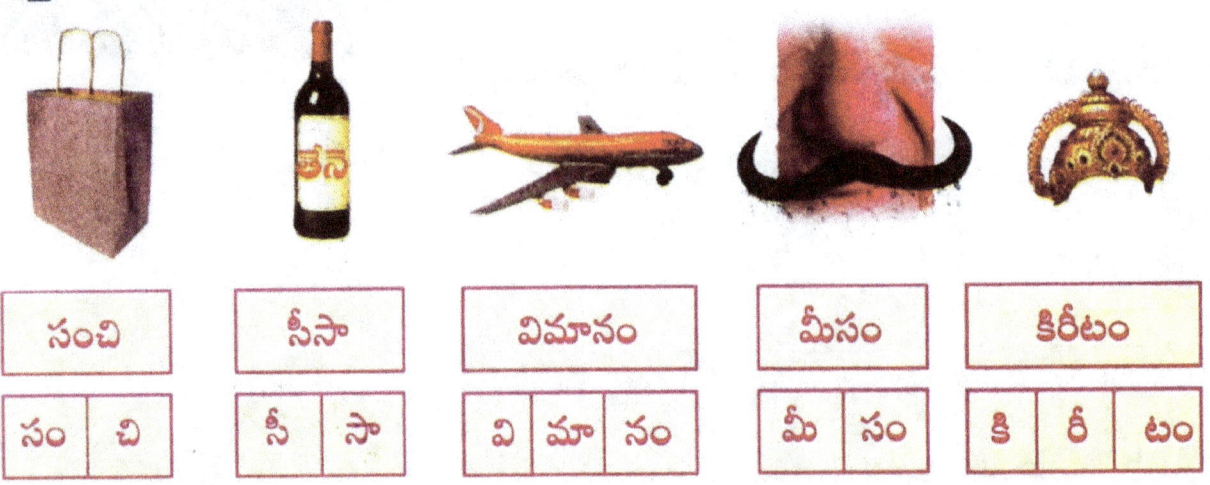

సంచి	సీసా	విమానం	మీసం	కిరీటం
సం | చి	సీ | సా	వి | మా | నం	మీ | సం	కి | రీ | టం

(ఉ) కింద గీత గీసిన అక్షరాల్లో తేడాను గుర్తిస్తూ పదాలు చదవండి.

ి	ీ	ి	ీ
ఇ	ఈ	ఇ	ఈ

కిటికి - కీటకం   నిజం - నీడ

గిలక - గీత   పిలక - పీట

చిలక - చీమ   మిరప - మీగడ

జింక - జీడి   వరి - లారీ

తిలకం - తీగ   చలి - లీల

సినిమా - సీసా   శివ - శీను

(ఊ) కింది పదాలు చదవండి. సరైన పదాలు జతపరచి రాయండి.

గాలి	అరిచింది	1.	కాకి అరిచింది
సీసా	వీచింది	2.	
కాకి	పగిలింది	3.	
పాప	ఉరిమింది	4.	
కాయ	పాడింది	5.	
చీమ	కాసింది	6.	
ఆకాశం	పాకింది	7.	

(ఎ) కింది వాక్యాలను చదవండి.

1. ఈ సీసా పాలసీసా.
2. కాలిమీద చీమ పాకింది.
3. బీరతీగ మీద కాకి వాలింది.
4. నీలిమ పాట పాడింది.
5. ఈ కిరీటం నీకా? నాకా?

 రాయండి

(అ) కింది అక్షరాలకు ా, ి, ీ ఉంచి రాయండి.

✓	క	గ	చ	జ	ట	డ	త	ద	న	ప	బ	మ	య	ర	ల	వ	శ	స
ా																		
ి																		
ీ																		

(ఆ) బొమ్మను చూసి కింది ఖాళీల్లో సరైన పదాలు రాయండి.

1.  .... కాయ తింటాం.   2. 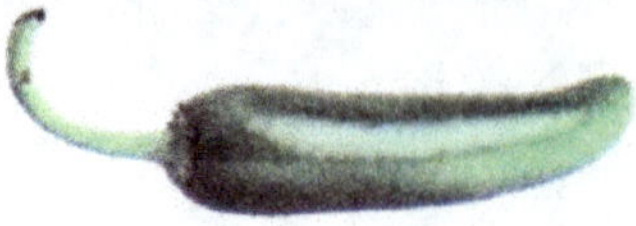 .... కారం.
   ....

3.  .... కలసి ఉంటాయి.
   ....

(ఇ) ి, ీ లతో వచ్చే అమ్మాయిల పేర్లతో ఖాళీలు నింపండి. వాక్యాలు రాయండి.

1.  జాన............ జానకి   2 వ   తరగతి.   పాట పాడింది.

2.  నీ............మ .... 3 వ .... ఆట............

3.  ....మల .... 4 వ .... కథ ....

4.  ....త .... 5 వ .... పేరు ....

(ఈ) కింది పదాలు చదవండి. వాటిలో ఎటు చదివినా ఒకేలా ఉండే పదాలు కొన్ని ఉన్నాయి. వాటిని ఏరి రాయండి.

పడగ   గిలక   సీసా   1. ....   4. ....

నంది   జామ   టమాట   2. ....   5. ....

కిటికి   వికటకవి బిరబిర   3. ....   6. ....

విరివి   కలక   నటన

(ఉ) కింది వాక్యాలను గీతల మధ్య అందంగా రాయండి.

గీత గిరగిర తిరిగింది

నీలిమ బిరబిర నడిచింది

పావని గబగబ చదివింది

(ఊ) కింది బొమ్మలను చూడండి. మీరూ గీయండి. పేర్లు రాయండి.

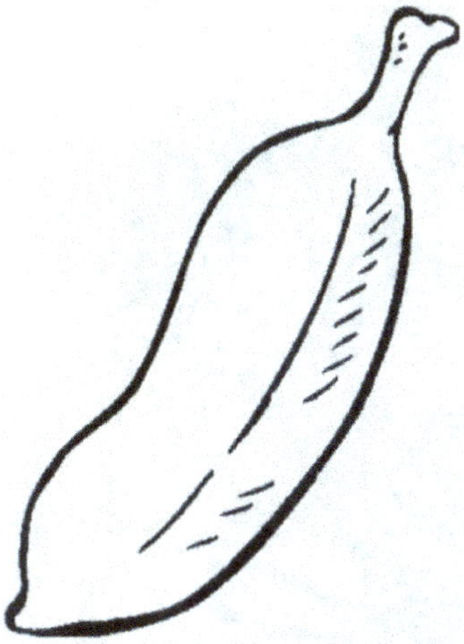

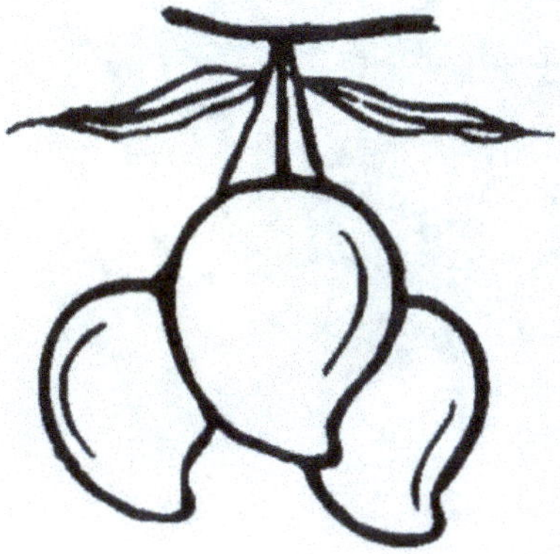

17. ఆకుకూరలు

 పాఠం

రండి రండి రారండి
ఆకుకూరలు కొనరండి
గోంగూర, తోటకూర
పాలకూర, మెంతికూర
ఆకుకూరలు తినరండి
కంటికి ఎంతో మేలండి

రండి రండి రారండి
ఆకుకూరలు కొనరండి
బచ్చలికూర, కొత్తిమీర
చుక్కకూర, చేమకూర
ఒంటికి ఎంతో బలమండి
అన్నీ తింటే మేలండి.

 వినండి - మాట్లాడండి

(అ) గేయాన్ని పాడండి. అభినయించండి.

(ఆ) పాఠం బొమ్మ చూడండి. ఏం చేస్తున్నారో చెప్పండి.

(ఇ) మీ ఊరిలో దొరికే ఆకుకూరలు ఏవి?

(ఈ) ఆకుకూరలతో ఏమేం చేస్తారు?

(ఉ) కూరగాయలు అమ్ముతున్నట్లు, ఆకుకూరలు అమ్ముతున్నట్లు నటించండి.

 చదవండి

(అ) కింది వాక్యాలను, పదాలను గేయంలో గుర్తించండి.

1. రండి రండి రారండి.

2. కంటికి ఎంతో మేలండి.

3. ఆకుకూరల పేర్లు గుర్తించి వాటి కింద గీత గీయండి.

(ఆ) గేయంలో (ు) కొమ్ము, (ూ) కొమ్ముదీర్ఘం ఉన్న పదాలను గుర్తించి 'O' చుట్టండి. చదవండి.

(ఇ) కింది బొమ్మలను చూడండి, వాక్యాలను చెప్పండి. కింది వాక్యాల్లో 'ు', 'ూ' ఉన్న అక్షరాలకు 'O' చుట్టండి. చదవండి.

పాప గుడికి
బయలుదేరింది

దారిలో పూలదండలు
కొన్నది

పూలదండలు
పూజారికి ఇచ్చింది.

(ఈ) కింది గళ్ళలోని ('ు', 'ూ') తో ఉన్న అక్షరాలను తేడాతో చదవండి. వాటితో ఏర్పడే పదాలు చెప్పండి.

✓	క	గ	చ	జ	ట	డ	త	ద	న	ప	బ	మ	య	ర	ల	వ	శ	స
ు	కు	గు	చు	జు	టు	డు	తు	దు	ను	పు	బు	ము	యు	రు	లు	వు	శు	సు
ూ	కూ	గూ	చూ	జూ	టూ	డూ	తూ	దూ	నూ	పూ	బూ	మూ	యూ	రూ	లూ	వూ	శూ	సూ

(ఉ) కింది బొమ్మలను చూడండి. పదాలను చదవండి. అక్షరాలను గుణింతాల చార్టులో గుర్తించండి.

పులి	పాము	మూడు	ఆవు	దూడ
పు | లి	పా | ము	మూ | డు	ఆ | వు	దూ | డ

(ఊ) కింద గీత గీసిన అక్షరాలలో తేడా గుర్తిస్తూ పదాలు చదవండి.

కుండ - కూజా　　తుపాకి - తూనీగ　　బురద - బూడిద

గుడి - గూడు　　దురద - దూరం　　మునగ - మూడు

చురుకు - చూరు　　నురుగు - నూరుగురు　　రుచి - రూపాయి

రాజు - జూలు　　పులుసు - పూలు　　సుడి - సూది

(ఎ) కింది అక్షరాలను కలుపుతూ పదాలు చదవండి. రాయండి.

క
గు
బ
త
అ
ద
ప

రువ్వు

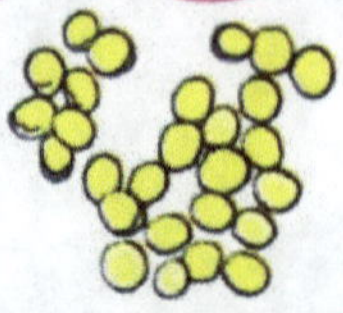

(ఏ) కింది వాక్యాలు చదవండి.

* రూపాయికి మూడు గులాబీ పూలు.
* కాకిరంగు నలుపు.
* చింతకాయ పులుపు.
* ఆకుకూరలు తినడం మంచిది.
* దూడ పాలు తాగింది.

రాయండి

(అ) కింది గళ్ళలోని అక్షరాలకు ా ి ీ ు ూ ఉంచి రాయండి.

✓	క	గ	చ	జ	ట	డ	త	ద	న	ప	బ	మ	య	ర	ల	వ	శ	స
ా	కా																	
ి	కి																	
ీ	కీ																	
ు	కు																	
ూ	కూ																	

(ఆ) పై అక్షరాలతో ఏర్పడే పదాలు రాయండి.

....

....

....

....

....

....

....

....

(ఇ) సరైన పదాలతో ఖాళీలను పూరించండి.

(పులుపు, ఆకుకూరలు, గులాబీ, గుడి)

1. .... పూలు అందంగా ఉంటాయి.

2. చింతకాయ ....

3. మనం .... తినాలి.

4. పావురం .... మీద ఉంది.

(ఈ) కింది పదాలలో గీత గీసిన అక్షరానికి ' ా ' చేర్చి చదవండి. రాయండి.

1. త నీ గ ....

2. క తు రు ....

3. గ డు ....

4. య రి యా ....

5. ప జా రి ....

(ఉ) కింది అక్షరాలకు ' ు (కొమ్ము)' ఉంచి చదవండి. రాయండి.

ఉదా: గ ర వ – గురువు

1. ప ల స – ....

2. న ద ర – ....

3. ప ల ప – ....

4. బ ర జ – ....

5. బ డ గ – ....

6. న ర గ – ....

(ఊ) గళ్ళలోని పదాలు చదవండి. పక్షులు, జంతువులు వేరుచేసి రాయండి.

ఆవు	పంది	కాకి
చిలుక	జింక	పావురం
పులి	బాతు	పాము

పక్షులు	జంతువులు

వేదిక్ విద్యాలయ తెలుగు 2 పేజీ 86

కావాలి, కావాలి

కావాలి! కావాలి!
తీగకు పందిరి కావాలి!

కావాలి! కావాలి!
బడికి గంట కావాలి!

కావాలి! కావాలి!
బావికి గిలక కావాలి!

కావాలి! కావాలి!
పాపకి పలక కావాలి!

18. ఇటుక

పాఠం

ఇల్లు కట్టడం చూడండి.

సిమెంటు తెచ్చి ఇసుకను కలిపి

కిందా పైనా రాళ్ళను పేర్చి

పునాది కట్టడం చూడండి

ఇటుకలు పేర్చి సిమెంటు వేసి

గోడలు కట్టడం చూడండి

ఇనుము, సిమెంటు, కంకర కలిపి

కప్పును వేయడం చూడండి.

 వినండి - మాట్లాడండి

(అ) గేయాన్ని పాడండి. అభినయించండి.

(ఆ) బొమ్మను చూడండి. మాట్లాడండి.

(ఇ) గోడను దేనితో కడతారు?

(ఈ) ఇటుకలు ఎలా తయారుచేస్తారు?

(ఉ) కప్పును ఎలా వేస్తారు?

(ఊ) ఇల్లు కట్టాలంటే ఏవి కావాలి?

(ఎ) గేయాన్ని పొడిగించి పాడండి.

ఇల్లు కట్టడం చూడండి.
కలపను తెచ్చి _____
_____
_____

 చదవండి

(అ) కింది వాక్యాలను, పదాలను గేయంలో గుర్తించండి.

పునాది కట్టడం చూడండి
కప్పును వేయడం చూడండి.
సిమెంటు, కలిపి, పునాది, చూడండి.

(ఆ) గేయంలో 'ఇ' ఉన్న పదాలను గుర్తించి 'O' చుట్టండి.

(ఇ) కింది బొమ్మలను చూసి వాక్యాలు చెప్పండి. కింది వాక్యాల్లోని "ఇటుక" పదాన్ని గుర్తించండి. 'O' చుట్టండి.

తట్టలో ఇటుకలు ఉన్నాయి.

తట్టను తలపై పెట్టుకొని ఇటుకలు తెస్తోంది.

ఇటుకలతో గోడ కడుతున్నారు.

(ఈ) కింది బొమ్మను చూడండి. పదాన్ని చదవండి. అక్షరాలను చదవండి. ఈ అక్షరాలను వర్ణమాల చార్టులో గుర్తించండి.

ఇటుక

ఇ	టు	క

ఇ	టు	క

(ఉ) కింది వాక్యాలను చదవండి. వాటిలో 'ఇ' అక్షరం ఉన్న పదాలకు '◯' చుట్టండి.

1. నీవు ఇంగువ వాసన చూశావా?
2. ఇనుప బీరువా బాగుంది.
3. ఇంటికి ఇరుకు గదులు ఉండకూడదు.
4. బండికి ఇరుసు ఉండాలి.
5. శీను, శివ ఇసుకలో ఆటలు ఆడారు.

(ఊ) కింది పదాలను గబగబా చదవండి.

1. అటుకులు చిటుకులు.
2. ఉరుకులు పరుగులు.
3. వాగులు వంకలు.
4. మందులు మాకులు.
5. అతుకులు గతుకులు.
6. ఆటలు పాటలు.

(ఎ) కింది అక్షరాలను కలిపి చదవండి. రాయండి.

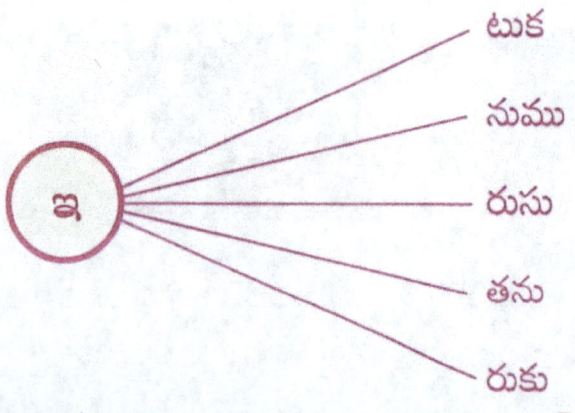

ఇ — టుక ....

ఇ — నుము ....

ఇ — రుసు ....

ఇ — తను ....

ఇ — రుకు ....

(ఏ) కింది వరసలలోని పదాలను చదవండి. ఆ వరసల్లో వేరుగా ఉన్నదాన్ని గుర్తించి 'O' చుట్టండి.

1. కారు - జీపు - లారీ - దూడ
2. రవి - జలజ - నీరజ - వనజ
3. మంచం - పరుపు - ఆకు - దిండు
4. ఆవు - దూడ - పాలు - తలుపు

రాయండి

(అ) బొమ్మను చూసి కింది ఖాళీల్లో సరైన పదాలు రాయండి.

1. ఇంటిని  🧱 లతో కడతారు.

   ఇంటిని .... లతో కడతారు.

2.  🏠 కి రంగు వేస్తారు.

   .... కి రంగు వేస్తారు.

3.  🛏 కింద 📦 ఉంది.

   .... కింద .... ఉంది.

(ఆ) కింది గళ్లలోని అక్షరాలతో పదాలు రాయండి. వాటితో వాక్యాలు రాయండి.

ఇ	రు	సు	వ
ము	టు	ను	ల
త	ర	క	డు

....
....
....
....
....
....

వేదిక విద్యాలయ తెలుగు 2

19. ఎలుక - ఏనుగు

పాఠం

అనగా అనగా ఒక ఎలుక, ఒక ఏనుగు. అవి రెండూ కలిసి మెలిసి ఉండేవి.

ఒకరోజు ఎలుక ఐస్‌క్రీం తినాలనుకున్నది. ఏనుగుకు చెప్పింది. ఎలుక ఏనుగుమీదికి ఎక్కింది. రెండూ కలిసి బజారుకు బయలుదేరాయి.

బజారులో ఐస్‌క్రీం బండిని చూశాయి. ఐస్‌క్రీం కొన్నాయి. ఐస్‌క్రీం తిన్నాయి.

 వినండి - మాట్లాడండి

(అ) పాఠం బొమ్మను చూడండి. ఎవరెవరు ఉన్నారు? ఏం జరుగుతున్నదో చెప్పండి.

(ఆ) ఎలుక ఏనుగుపైకి ఎందుకు ఎక్కింది?

(ఇ) ఎలుక ఎలా తింటుంది? ఏనుగు ఎలా తింటుంది? తేడాలు చెప్పండి.

 చదవండి

(అ) పాఠంలో ఎలుక, ఏనుగు, ఐస్‌క్రీం పదాలను గుర్తించండి. వాటి చుట్టూ 'O' చుట్టండి.

(ఆ) కింది బొమ్మలను చూసి వాక్యాలు చెప్పండి. కింది వాక్యాల్లో 'ఎ', 'ఏ', 'ఐ' లతో వచ్చే పదాలను గుర్తించి 'O' చుట్టండి.

పిల్లలు సర్కసులో
ఎలుగుబంటిని చూశారు.

ఏనుగును కూడా
చూశారు.

పులిని చూడాలంటే టికెట్టు
ఐదు రూపాయలు.

(ఇ) కింది బొమ్మను చూడండి. పదాన్ని చదవండి. అక్షరాలను చదవండి. ఈ అక్షరాలను వర్ణమాల, గుణింతాల చార్టుల్లో గుర్తించండి.

ఎలుక   ఏనుగు   ఐదు

(ఈ) కింది పదాలను చదవండి.

ఐదు	ఏడు	ఏమిటి
ఎనిమిది	ఎందరు	ఎలుకలు
ఐసు	ఎందుకు	ఎంతమంది
ఏతం	ఐరావతం	ఐసుబండి
ఏనుగు	ఎవరు	ఏరువాక

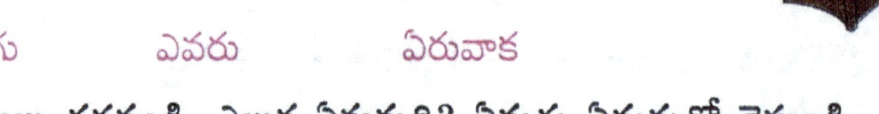

(ఉ) కింది వాక్యాలు చదవండి. ఎలుక ఏమన్నది? ఏనుగు ఏమన్నదో చెప్పండి.

ఎలుక ఏనుగును కలిసింది.

ఎలుకను ఏనుగు ఇలా అడిగింది:

"నీకు ఏమి కావాలి?

ఐసు కావాలా? గింజలు కావాలా?

కాయ కావాలా? పండు కావాలా?"

ఎలుక "గింజలు కావాలి" అంది.

ఏనుగు "ఐదు రూపాయలు తీసుకురా" అంది.

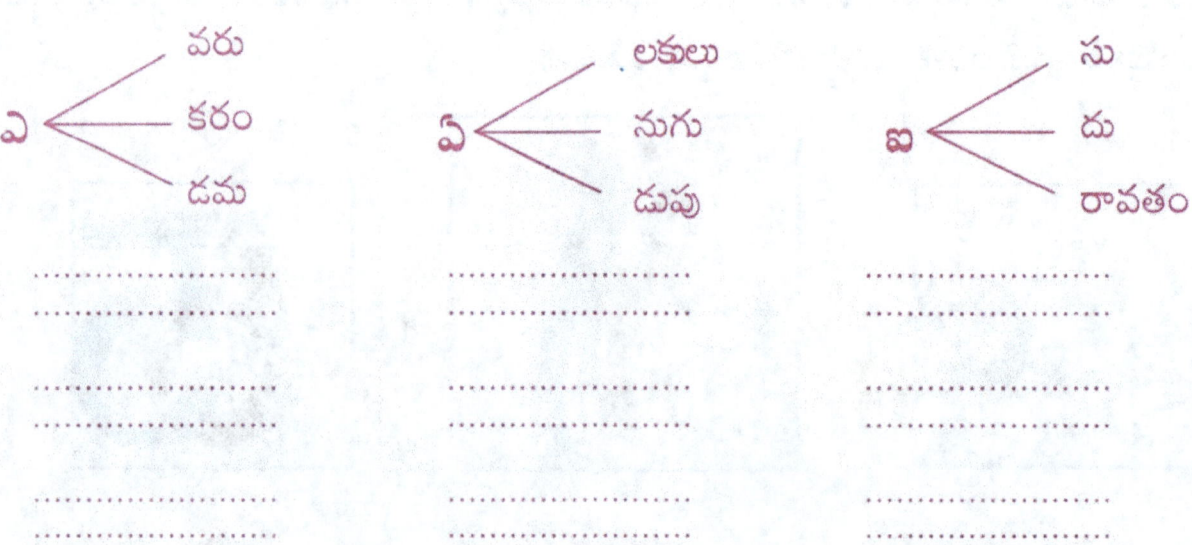

(ఊ) కింది అక్షరాలు కలిపి పదాలు రాయండి.

ఎ — వరు, కరం, డమ

....

....

....

ఏ — లకులు, నుగు, డుపు

....

....

....

ఐ — సు, దు, రావతం

....

....

....

(ఎ) కింది అక్షరాలను సరిచేసి పదాలను గీతలలో రాయండి :

ఉదా: రువువ - ఎరువు

కలువ -

ఏగును -

ఎరువ -

రాఐతంవ -

రాయండి

(అ) ఆలోచించి ఖాళీలలో రాయండి.

1. పసుపురంగు పూవు ______________

2. మీరు చూసిన జంతువు ______________

3. పాప ______________ తాగింది.

4. నేను ______________ తరగతి.

5. నేను చూసిన సినిమా ______________ .

ఆ) కింది వాక్యాలను చదవండి. వాటిని గీతల్లో అందంగా రాయండి.

ఎలుక గింజలు తింటుంది.

ఏనుగు చెరుకుగడలు తింటుంది.

పాండవులు ఐదుగురు.

ఏరు దాటడానికి పడవ కావాలి.

20. ఒక ఔటు

పాఠం

ఆ రోజు దీపావళి పండుగ. కోతి టపాకాయల దుకాణానికి వెళ్ళింది.
టపాకాయలు, ఔట్లు కావాలని అడిగింది. కొన్ని టపాకాయలు, ఒక ఔటు కొన్నది.

ఆ ఔటును కాల్చాలనుకుంది. కాని భయపడింది.

దారిలో ఒక నక్క కనిపించింది. నక్కను ఔటు కాల్చమని అడిగింది. ఓహో! ఔటు కాల్చాలా?

ఔటంటే నాకు భయం అంది నక్క

తోడేలు కనిపించింది. తోడేలును ఔటు కాల్చమని అడిగింది. తోడేలు కూడా ఔటంటే భయం అన్నది.

ఇంకెవరైనా కాలుస్తారా, అని చూసింది. ఎవరూ కనపడలేదు. కోతికి ఓపిక పోయింది. ఔటును మంటలోకి విసిరింది.

ఔటు 'ఢాం' అని పేలింది.

వినండి - మాట్లాడండి

(అ) పాఠం బొమ్మను చూడండి-మాట్లాడండి.

(ఆ) ఔటు కథను చెప్పండి.

(ఇ) ఒకరు కోతి, ఇంకొకరు దుకాణదారులాగ అభినయిస్తూ మాట్లాడండి.

(ఈ) కోతి ఔటు కొన్నది. నీవైతే ఏవేమి కొంటావు?

(ఉ) టపాకాయలు ఎప్పుడెప్పుడు కాలుస్తారు?

చదవండి

(అ) పాఠంలో ఒ, ఓ, ఔ అక్షరాలు ఉన్న పదాలను గుర్తించి '◯' చుట్టండి.

(ఆ) కింది బొమ్మలను చూసి వాక్యాలు చెప్పండి. కింది వాక్యాలలో 'ఒ', 'ఓ', 'ఔ' అక్షరాలు ఉన్న పదాలను గుర్తించి '◯' చుట్టండి.

చిలుక నోటిలో ఒక కార్డు ఉంది.

చిలుక ఓడలో పోతున్నది.

చిలుక ఔటును పేలుస్తున్నది

(ఇ) కింది బొమ్మలను చూడండి. పదాలను చదవండి. అక్షరాలను చదవండి. ఈ అక్షరాలను వర్ణమాల, గుణింతాల చార్టుల్లో గుర్తించండి.

ఒకటి

ఒ	క	టి

ఓడ

ఓ	డ

ఔటు

ఔ	టు

(ఈ) కమల చిలుకను అడిగింది. చిలుక జవాబులు చెప్పింది. వాటిని చదవండి.

కమల అడిగింది		చిలుక చెప్పింది
చింతకాయ పులుపు. ఔనా? కాదా?	–	కాదు.
మిరపకాయ కారం. ఔనా? కాదా?	–	ఔను.
ఉసిరికాయ వగరు. ఔనా? కాదా?	–	కాదు.
జామకాయ చేదు. ఔనా? కాదా?	–	కాదు.
మామిడిపండు తీపి. ఔనా? కాదా?	–	ఔను.
అరటిపండు తీపి ఔనా? కాదా?	–	ఔను.

చిలుక జవాబులు సరైనవేనా? ఏవి తప్పుగా చెప్పింది. వాటికి మీరు సరైన జవాబులు చెప్పండి.

(ఉ) కింది వాక్యాలు చదవండి. "ఒ, ఓ, ఔ" అక్షరాలున్న పదాలను గుర్తించి వాటి కింద గీత గీయండి.

బడిలో బొమ్మల పోటీ పెట్టారు.
ఓబులేసు ఒంటె బొమ్మ గీశాడు.
గోపి ఓడ బొమ్మ గీశాడు.
విమల ఔటు బొమ్మ గీసింది.
పోటీలో ఓబులేసు గెలిచాడు.

 రాయండి

(అ) కింద గళ్ళలో అక్షరాలు రాయండి.

అ	ఆ	ఇ	ఈ	ఉ	ఊ	ఎ	ఏ	ఐ	ఒ	ఓ	ఔ

(ఆ) కింది పదాలను గీతల్లో అందంగా రాయండి.

ఒకటి ఓడ ఔటు

(ఇ) కింది పదాల వరసను సరిచేసి వాక్యాలను గీతల్లో అందంగా రాయండి.

1. విజయకు రూపాయి ఒక కావాలి.
   విజయకు ఒక రూపాయి కావాలి.

2. ఉంది ఓడ నీటిమీద

3. కావాలి ఔటు ఒక పావనికి

4. ఒంటెను అంటారు ఎడారి ఓడ.

(ఈ) కింది గళ్ళలోని అక్షరాలతో పదాలు రాయండి. వాక్యాలు చెప్పండి.

గ	ప	టు	ఏ
ఎ	ఒ	ఐ	ఔ
టి	డ	పా	క
రా	డు	ఓ	ర

(ఉ) కింది ఔటు బొమ్మను గీయండి. రంగులు వేసి దాని పేరు రాయండి. ఔటు పేలుస్తున్నట్టు అభినయించండి.

(ఊ) కింది బొమ్మను చూడండి. బొమ్మలో ఏమేమి ఉన్నాయి. వాటి పేర్లు రాయండి. కథను ఊహించి చెప్పండి.

....
....

....
....

....
....

....
....

....
....

21. చందమామ రావే

పాఠం

చందమామ రావే
జాబిల్లి రావే
కొండెక్కి రావే
గోగుపూలు తేవే
బండెక్కి రావే
బంతిపూలు తేవే
తేరుమీద రావే
తేనెపట్టు తేవే
అన్నిటిని తేవే
అందరికి ఇవ్వవే!

వినండి - మాట్లాడండి

(అ) గేయం పాడండి. అభినయించండి.

(ఆ) పాఠం బొమ్మలను చూడండి. మాట్లాడండి.

(ఇ) చందమామను అమ్మ ఏమేమి తెమ్మని అడిగింది?

(ఈ) నీ దగ్గరకు చందమామ వస్తే నీవు ఏమి అడుగుతావు?

(ఉ) బంతిపూలను దేనికి వాడతారు?

(ఊ) నీకు ఏ ఏ పూలంటే ఇష్టం.

చదవండి

(అ) గేయంలో టీచర్ చెప్పిన వాక్యాలను, పదాలను గుర్తించండి.

(ఆ) గేయంలో 'వే' తో ముగిసే పదాలను గుర్తించండి, '◯' చుట్టండి.

(ఇ) కింది బొమ్మలను చూసి వాక్యాలు చెప్పండి. పదాలను చదవండి. అక్షరాలను గుణింతాల చార్టులో గుర్తించండి.

తేనెటీగ

తే నె టీ గ

మేక

మే క

గేదె

గే దె

నెమలి

నె మ లి

(ఈ) కింది గళ్ళలోని అక్షరాలను చదవండి.

✓	క	గ	చ	జ	ట	డ	త	ద	న	ప	బ	మ	య	ర	ల	వ	శ	స
ె	కె	గె	చె	జె	టె	డె	తె	దె	నె	పె	బె	మె	యె	రె	లె	వె	శె	సె
ే	కే	గే	చే	జే	టే	డే	తే	దే	నే	పే	బే	మే	యే	రే	లే	వే	శే	సే

(ఉ) కింది పదాలను చదవండి.

కెరటం	మెరుపు	కేక	నేల	డేగ	లేడి
గెల	సెలవు	గేదె	పేరు	తేనె	వేరు
చెరుకు	వెలుగు	చేప	బేరం	దేవి	సేవ
టెంకాయ	నెమలి	జేబు	మేక	అరటిగెల	రేవు
తెలుపు	పెరుగు	టేకు	రేగు	మేనమామ	నేత

(ఊ) కింద గీత గీసిన అక్షరాలలో తేడా గుర్తిస్తూ పదాలు చదవండి.

1. గె‌ల – గే‌దె 4. టె‌ంకాయ – టే‌కు 7. పె‌రుగు – పే‌రు
2. చె‌రుకు – చే‌ను 5. తె‌లుగు – తే‌ట 8. మె‌డ – మే‌డ
3. జె‌ండా – జే‌బు 6. నె‌ల – నే‌ల 9. రె‌ండు – రే‌గుపండు

(ఎ) కింది వాక్యాలు చదవండి. జవాబులు చెప్పండి.

నీ పేరు ఏమిటి? ఆదివారంనాడు ఏం చేశావు?
నీవు ఏ తరగతి? నీవు ఏ ఏ ఆటలు ఆడతావు?
మీ ఊరి పేరు ఏమిటి? నీవు ఏమేమి తింటావు?

 రాయండి

(అ) కింది అక్షరాలకు ' ె ', ' ే ' ఉంచి రాయండి.

✓	క	గ	చ	జ	ట	డ	త	ద	న	ప	బ	మ	య	ర	ల	వ	శ	స
ె	కె																	
ే	కే																	

(ఆ) పై అక్షరాలతో ఏర్పడే పదాలు రాయండి.

....
....
....

(ఇ) కింది బొమ్మలను చూడండి. వాటినిబట్టి ఖాళీలలో సరైన పదాలు రాయండి.

.... ల కూర   అరటి ....

.... పాలు   .... సీసా

.... ఈక

(ఈ) బొమ్మను చూసి కింది ఖాళీల్లో సరైన పదాలు రాయండి.

1. అందంగా ఉంటుంది.

.... అందంగా ఉంటుంది.

2. దేవుడికి కొడతారు.

దేవుడికి .... కొడతారు.

3. చెరువులో ఉంటాయి.

చెరువులో .... ఉంటాయి.

4. కు కు పరుగుపందెం.

.... కు .... కు పరుగుపందెం.

(ఉ) కింది పట్టికను పూరించండి.

	ా	ి	ీ	ు	ూ	ె	ే
క	కాయ	కిటుకు	కీటకం	కుండ	కూర	కెరటం	కేక
గ							
బ							
న							
ప							

పాఠం

22. కోతి బావ

కోతి బావకు పెళ్ళంట
కొండా కోనా విడిదంట
కుక్కలు నక్కలు వచ్చాయి.
పూలు పళ్ళూ తెచ్చాయి.
ఎలుకలు, పిల్లులు వచ్చాయి.
బియ్యం, పప్పులు తెచ్చాయి.

కోడి, కొంగా వచ్చాయి.
రోలూ రోకలి తెచ్చాయి.
పప్పులు మెత్తగా దంచాయి.
పిండి వంటలు చేశాయి.
కోతుల పెళ్ళి చేశాయి.
కడుపు నిండా మెక్కాయి.

వినండి - మాట్లాడండి

(అ) గేయం పాడండి. అభినయించండి.

(ఆ) పాఠం బొమ్మ చూడండి. ఏ ఏ జంతువులు, పక్షులు ఉన్నాయి?

(ఇ) జంతువులన్నీ ఒక చోటికి ఎందుకు చేరాయి?

(ఈ) ఎవరి పెళ్ళి జరుగుతోంది?

(ఉ) కోతిబావ పెళ్ళికి ఎవరెవరు వచ్చారు? ఏమేమి తెచ్చారు?

(ఊ) మీకు తెలిసిన పిండివంటల పేర్లు చెప్పండి? మీకు ఏది ఇష్టమో చెప్పండి?

చదవండి

(అ) కింది వాక్యాలను, పదాలను గేయంలో గుర్తించండి.

1. కోతి బావకు పెళ్ళంట.
2. రోలూ రోకలి తెచ్చాయి
3. కొండ, పిండివంటలు, రోలు, పూలు

(ఆ) 'యి' చివర ఉన్న పదాలను గేయంలో గుర్తించండి, చదవండి.

(ఇ) గేయంలో 'ొ', 'ో' అక్షరాలను గుర్తించి '◯' చుట్టండి. చదవండి.

(ఈ) కింది బొమ్మలను చూడండి. వాక్యాలు చెప్పండి. వాక్యాలలోని 'ొ', 'ో' గల పదాలను గుర్తించండి.

కొమ్మపైన కోతి ఉంది.

కోతి కొయ్యలో మేకు పీకింది.

కోతి తోక తెగింది.

(ఉ) కింది బొమ్మలను చూడండి. పదాలను చదవండి. అక్షరాలను చదవండి. ఈ అక్షరాలను గుణింతాల చార్టులో గుర్తించండి.

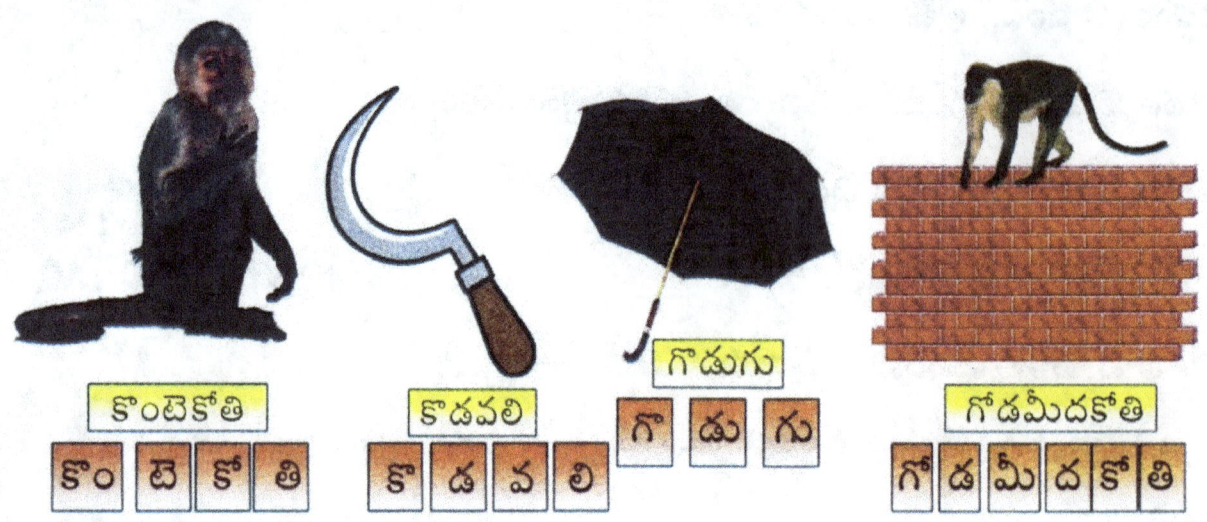

కొంటెకోతి

కొం | టె | కో | తి

కొడవలి

కొ | డ | వ | లి

గొడుగు

గొ | డు | గు

గోడమీదకోతి

గో | డ | మీ | ద | కో | తి

(ఊ) కింది గళ్ళలోని అక్షరాలను చదవండి.

✓	క	గ	చ	జ	ట	డ	త	ద	న	ప	బ	మ	య	ర	ల	వ	శ	స
ొ	కొ	గొ	చొ	జొ	టొ	డొ	తొ	దొ	నొ	పొ	బొ	మొ	యొ	రొ	లొ	వొ	శొ	సొ
ో	కో	గో	చో	జో	టో	డో	తో	దో	నో	పో	బో	మో	యో	రో	లో	వో	శో	సో

(ఎ) కింది పదాలను చదవండి.

కొంగ - కోతి

గొడుగు - గోడ

డొంక - డోలు

తొండ - తోక

దొంగ - దోమ

పొగ - పోటీ

మొసలి - మోకాలు

రొద - రోలు

సొరకాయ - సోడా

(ఏ) కింది వాక్యాలు చదవండి.

1. పాప చేతిలో పలక ఉంది.
2. కోతి తలమీద టోపీ ఉంది.
3. కొంగ నోటిలో చేప ఉంది.

రాయడం

(అ) కింది అక్షరాలకు గుణింతాలు రాయండి.

✓	క	గ	చ	జ	ట	డ	త	ద	న	ప	బ	మ	య	ర	ల	వ	శ	స
ా																		
ి																		
ీ																		
ు																		
ూ																		
ె																		
ే																		
ొ																		
ో																		

(ఆ) కింది బొమ్మలకు పేర్లు రాయండి.

(ఇ) కింది బొమ్మల ఆధారంగా వాక్యాలు రాయండి

1. గింజలు తింటుంది.   కోడి గింజలు తింటుంది.

2. కాయలు తింటుంది. ....

3. చేపలు తింటుంది. ....

4. ఆకులు తింటుంది. ....

5. జంతువులను తింటుంది. ....

6. పురుగులను తింటుంది. ....

7. లు మురికినీటిలో ఉంటాయి. ....

8. సీతకు కావాలి. ....

(ఈ) కింది బొమ్మ ఆధారంగా వాక్యాలు రాయండి.

కాకి	మేక
కొంగ	జింక
కోడి	కోతి
నెమలి	ఎలుక
చిలుక	ఏనుగు
కోకిల	ఉడత

ఉదా : కాకి, మేక ఆటలు ఆడాయి.

కొంగ, జింక

(ఉ) కింది గళ్ళలోని పదాలు చదవండి. వాటితో వాక్యాలు చెప్పండి. రాయండి.

ఆడుకుందాం	మీద	కావాలి	ఆట
గుడి	టోపీ	దేవుని	ఎండాకాలం
బొంగరం	వానాకాలం	పొడవు	తోక
ఉంది	కోతి	కొండ	గొడుగు

ఉదా: బొంగరం ఆట ఆడుకుందాం.

పాఠం

23. గౌరి సైకిలు

గౌరి గౌరి చిన్నారి గౌరి
కొత్త సైకిలు కావాలన్నది
నాన్న సైకిలు కొన్నాడు
మెల్లిగ తొక్కాలన్నాడు
చెంగున సైకిలు ఎక్కింది
ట్రింగున బెల్లు కొట్టింది
గౌరి తమ్ముడు విన్నాడు
నేనూ వస్తానన్నాడు.

వినండి - మాట్లాడండి

(అ) గేయం పాడండి. అభినయించండి.

(ఆ) పాఠం బొమ్మ చూడండి. తరువాత ఏమౌతుందో చెప్పండి.

(ఇ) పాప సైకిలుకు నీవు చూసిన సైకిలుకు తేడాలు చెప్పండి.

(ఉ) గౌరి సైకిలు ఎక్కి ఎక్కడికి పోతున్నది?

(ఊ) సైకిలుమీద ఏమేం తీసుకొనిపోతారు?

చదవండి

(అ) కింది బొమ్మలను చూడండి. వాక్యాలు చెప్పండి. కింది వాక్యాలలోని ' ౌ ', ' ై ' ఉన్న పదాలకు '◯' చుట్టండి.

గౌరి సైకిలు తొక్కుతున్నది.

గౌరి సైకిలుపై నుండి జారిపడింది.

గౌరి మళ్ళీ లేచి సైకిలు తొక్కింది.

(ఆ) కింది బొమ్మలను చూడండి. పదాలను చదవండి. అక్షరాలను చదవండి. ఈ అక్షరాలను గుణింతాల చార్టులో గుర్తించండి.

గౌరి

గౌ	రి

సైకిలు

సై	కి	లు

గౌను

గౌ	ను

రైలు

రై	లు

(ఇ) కింది గళ్ళలోని అక్షరాలు చదవండి. వాటితో పదాలు చెప్పండి.

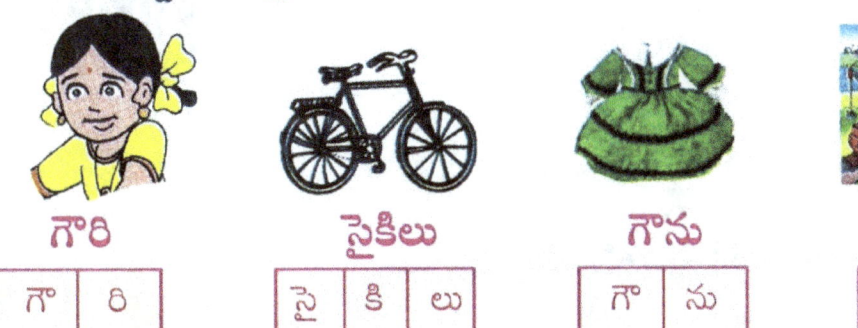

✓	క	గ	చ	జ	ట	డ	త	ద	న	ప	బ	మ	య	ర	ల	వ	శ	స
ై	కై	గై	చై	జై	టై	డై	తై	దై	నై	పై	బై	మై	యై	రై	లై	వై	శై	సై
ౌ	కౌ	గౌ	చౌ	జౌ	టౌ	డౌ	తౌ	దౌ	నౌ	పౌ	బౌ	మౌ	యౌ	రౌ	లౌ	వౌ	శౌ	సౌ

(ఈ) కింది పదాలు చదవండి.

క్రైక	-	కౌలు	గైడు	-	గౌరి
చైను	-	చౌక	జైలు	-	జౌళి
టైరు	-	టౌను	తైలం	-	తౌడు
దైవం	-	దౌడు	పైరు	-	పౌడరు
మైకు	-	మౌనం	రైలు	-	రౌతు

(ఉ) కింది పదాలు చదవండి.

మౌనిక	మైసూరుపాకు	నీకైనా నాకైనా
పౌరుడు	రైలుబండి	వాడైనా వీడైనా
నౌకరు	మైదాపిండి	ముందైనా వెనకైనా
గోడౌను	సైకిలు టైరు	ఎండైనా వానైనా
కౌముది	అరవై ఆరు	రేపైనా మాపైనా

(ఊ) కింది వాక్యాలు చదవండి. ై, ౌ గల పదాలు గుర్తించి '◯' చుట్టండి.

1. మా ఊరిలో వరిపైరు బాగా పెరిగింది.
2. గోధుమపిండి పూరీలు బాగుంటాయి.
3. టౌనుకు పోదాం రండి.
4. సైకిలు టైరు పగిలింది.
5. గౌరి ఎరుపు రంగు గౌను వేసుకొంది.

(ఎ) కింది వాక్యాలు చదవండి. తప్పా, ఒప్పా చెప్పండి.

1. సైకిలు గాలిలో ఎగురుతుంది.
2. గేదెలు పౌడరు పూసుకుంటాయి.
3. దైవం అంటే దేవుడు.
4. ఆవులు తౌడు తింటాయి.

(ఏ) కింది ఖాళీలలో సరిపోయే పదం ఉంచి చదవండి. రాయండి.

(మైకు, సైకిలు, చైను, జైలు, పైసలు).

1) ఒక రూపాయికి నూరు ....

2) .... టైరు పగిలింది.

3) సైకిలు .... ఊడింది.

4) దొంగలను .... లో ఉంచారు.

5) .... లో పాటలు వినిపించాయి.

(ఐ) కింది బొమ్మలను చూడండి. ఏవేవి ఎన్ని ఉన్నాయో రాయండి.

1. ఒక నెమలి.

2. ....

3. ....

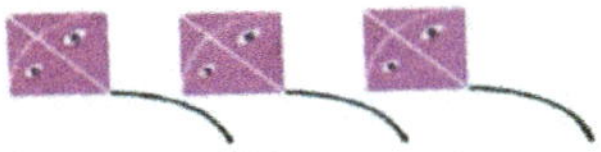

4. ....

5. ....

6. ....

7. ....

8. ....

రాయండి

(అ) కింది అక్షరాలకు ై, ౌ చేర్చి చదవండి. వాటితో వచ్చే పదాలు రాయండి.

✓	క	గ	చ	జ	ట	డ	త	ద	న	ప	బ	మ	య	ర	ల	వ	శ	స
ై	కై	గై																
ౌ	కౌ																	

(ఆ) కింది బొమ్మలకు పేర్లు రాయండి.

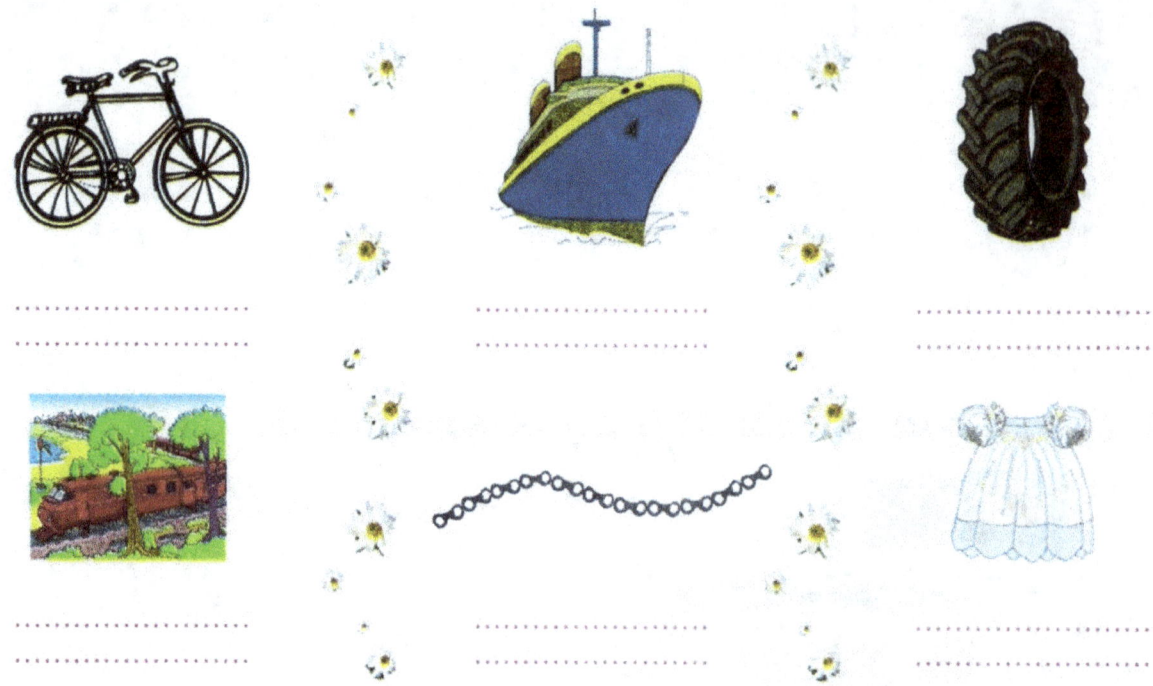

....

....

(ఇ) కింది బొమ్మలను చూసి వాక్యాలు రాయండి.

.... మీద .... ఉంది.

.... ముందు.................. ఉంది.

.... వెనుక .... ఉంది.

(ఈ) కింది ఖాళీలలో సరైన పదాలు రాయండి.

1. దైవం అంటే..

2. తైలం అంటే..

3. రూపాయకు పైసలు ....

4. మైసూరుపాకులోని ఊరు ....

5. పందిరిమంచంలో జంతువు ....

(ఉ) కింది ఖాళీలలో రాయండి.

ఉదా: పదికి ఒకటి కలిపితే <u>పదకొండు</u>. నలభైకి నాలుగు కలిపితే ....

ఇరవైకి రెండు కలిపితే .... ఏభైకి ఐదు కలిపితే ....

నలభైకి మూడు కలిపితే .... అరవైకి ఆరు కలిపితే ....

(ఊ) కింది వాక్యాలు గీతలలో అందంగా రాయండి.

రైలులో గౌతమి ఊరికి పోయింది.
మామిడి తోటను చూసింది.
మామిడి కాయలు కోసింది.

(ఎ) కింది బొమ్మను చూడండి. కథ చెప్పండి. వాక్యాలు రాయండి.

పాఠం

24. నెమలి పింఛం

శశికి శంఖం దొరికింది.

శశి శంఖం ఊదాడు.

శంఖం "భం! భం" మోగింది.

ఆకాశంలో మబ్బులు కమ్మాయి.

నెమలి పింఛాన్ని విప్పింది.

పింఛం మిలమిలా మెరిసింది.

గుడిలో గంట ఉంది.

పూజారి గంటను కొట్టాడు.

గంట ఠంగున మోగింది.

గుడిలో ఢంకా ఉంది.

హారతికి వేళయింది.

ఢంకా ఢమ ఢమ మోగింది.

వినండి - మాట్లాడండి

(అ) గంట ఠంగున మోగుతుంది కదా! ఇలా ఇంకా ఠంగున మోగేవి ఏవి?

(ఆ) 'మిలమిల' మెరిసేవి ఏవి?

చదవండి

(అ) 'ఖ', 'ఛ', 'ధ', 'ఠ' అక్షరాలున్న పదాలను పాఠంలో, వర్ణమాలలో గుర్తించండి. చదవండి.

(ఆ) కింది బొమ్మలను చూడండి. వాక్యాలను చెప్పండి. గీత గీసిన పదాలు చదవండి.

శేఖరు నెమలి పింఛం అమ్ముతున్నాడు.

రేఖ ఒక నెమలి ఈక అడిగింది.

(ఇ) కింది బొమ్మలను చూడండి. పదాలను చదవండి. అక్షరాలను చదవండి. ఈ అక్షరాలను వర్ణమాల, గుణింతాల చార్టుల్లో గుర్తించండి.

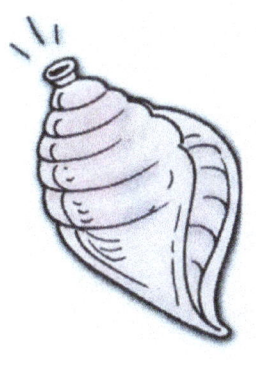

శంఖం	
శం	ఖం

పింఛం	
పిం	ఛం

పాఠశాల			
పా	ఠ	శా	ల

ఢంకా	
ఢం	కా

(ఈ) కింది గళ్ళల్లోని అక్షరాలను చదవండి.

✓	ా	ి	ీ	ు	ూ	ె	ే	ై	ొ	ో	ౌ	ం
ఖ	ఖా	ఖి	ఖీ	ఖు	ఖూ	ఖె	ఖే	ఖై	ఖొ	ఖో	ఖౌ	ఖం
ఛ	ఛా	ఛి	ఛీ	ఛు	ఛూ	ఛె	ఛే	ఛై	ఛొ	ఛో	ఛౌ	ఛం
ఠ	ఠా	ఠి	ఠీ	ఠు	ఠూ	ఠె	ఠే	ఠై	ఠొ	ఠో	ఠౌ	ఠం
ఢ	ఢా	ఢి	ఢీ	ఢు	ఢూ	ఢె	ఢే	ఢై	ఢొ	ఢో	ఢౌ	ఢం

(ఉ) కింది బొమ్మలు ఆధారంగా చదవండి. వాక్యాలు రాయండి.

1. కమఠం అంటే ....

2. కంఠం అంటే ....

3. పాఠశాల అంటే ....

4. ఖరం అంటే ....

(ఊ) కింది వాక్యాలు చదవండి. జవాబులు చెప్పండి. రాయండి.

1. పాఠశాల అంటే ఏమిటి? ....

2. శంఖం ఊదితే ఏమవుతుంది? ....

3. ఢంకా ఎలా మోగుతుంది? ....

4. ఏనుగు ముఖంతో ఉండే దేవుడు ఎవరు? ....

www.ingramcontent.com/pod-product-compliance
Lightning Source LLC
Chambersburg PA
CBHW081347070526
44578CB00005B/752
* 9 7 8 1 9 5 6 6 7 9 0 2 1 *